ನಾನು ಕವಿಯಲ್ಲ

ಲೋಹಿತಾಶ್ವ

notionpress.com

INDIA • SINGAPORE • MALAYSIA

ISBN
Paperback 979-8-90319-347-9
Hardcase 979-8-90319-662-3

Contents

1. ನೀನಾಗು

ಸಿದ್ಧನಾಗು, ಶುದ್ಧನಾಗು,

ಪ್ರಭುದ್ಧನಾಗು, ನೀ ಬುದ್ಧನಾಗು.

ಅರ್ಥವಾಗು, ನಿಸ್ವಾರ್ಥವಾಗು,

ಯೋಗಿಯಾಗು, ನೀ ತ್ಯಾಗಿಯಾಗು.

ವೀರನಾಗು, ಧೀರನಾಗು, ಸಾಮ್ರಾಟನಾಗು,

ನೀ ವಿಶ್ವಶಾಂತಿಯ ಮಂತ್ರವಾಗು.

2. ತಾಯಿ ಭಾರತಿ

ಸಹಸ್ರಾರು ವರ್ಷಗಳಿಂದ ನಿನ್ನ ವದನದಲಿ

ಮಾಸದ ನಗುವು,

ಗ್ರೀಕರಿಂದ ಬ್ರಿಟೀಷರವರೆಗೂ ನಿನ್ನೊಡಲ ಬಗೆದರು,

ನೋವಾದರೂ ನುಂಗಿಕೊಂಡೆ

ಮುಖದ ಮೇಲಿನ ನಗುವು ಬತ್ತಲಿಲ್ಲ.

ಕೇಡು ಬಗೆದವರು ಬೇಡಿ ಬಂದರೆ

ಮರು ಮಾತಾಡದೆ ತಬ್ಬಿಕೊಂಡೆ,

ನಗುತಲೆ ನನ್ನ ಮಕ್ಕಳೆಂದೆ, ಸೇಡಿನ ಮಾತಾಡಲಿಲ್ಲ.

ಮನೆಯೊಡೆದು ಗೋಡೆ ಇಟ್ಟರು,

ದಾಯಾದಿಗಳಂತೆ ಸುಟ್ಟು ಸತ್ತರು.

ನಿನ್ನ ಕಣ್ಣಳೊಗೆ ಕಂಬನಿಯು ತುಂಬಿತ್ತು

ಎದೆಯೊಳಗೆ ನೋವಿತ್ತು

ಆದರೂ ಮುಖದ ಮೇಲಿನ ನಗುವು ಮರೆಯಾಗಲಿಲ್ಲ.

ಕೆಲವರು ಜಾರರಂತೆ

ಅವರಿವರ ಮನೆಯೊಕ್ಕು,

ನೀಚರ ಬೂಟು ನೆಕ್ಕಿ,

ನಿನ್ನ ಪಾವಿತ್ರ್ಯತೆಯನು ಪಣಕಿಟ್ಟರು,

ಎದೆಯೊಡೆದರು ಸಹಿಸಿಕೊಂಡೆ,

ಮುಖದ ಮೇಲಿನ ನಗುವು ಕರಗಲಿಲ್ಲ.

ಮಕ್ಕಳು ಮಲಮಕ್ಕಳೆನ್ನದೆ ಬಾಚಿ

ತಬ್ಬಿಕೊಂಡು ವಾತ್ಸಲ್ಯ ನೀಡಿದೆ,

ಎದೆ ಹಾಲು ಕುಡಿದು ವಿಷ ಕಕ್ಕುವ ಕೃತಘ್ನರನ್ನು

ನಗು ನಗುತಾ ತಣ್ಣಗೆ ಕ್ಷಮಿಸಿದೆಯಲ್ಲ,

ನಿನ್ನಂತಹ ಶಾಂತಿ ಸ್ವರೂಪಿ, ಮಹಾ ವಾತ್ಸಲ್ಯ ಮೂರ್ತಿ,

ವಿಶ್ವಕ್ಕೆ ಸಹಬಾಳ್ವೆಯ ಪಾಠ ಕಲಿಸಿದ ಜಗನ್ಮಾತೆಯನು ಅಸಹಿಷ್ಣುವೆನ್ನುವ ನಾಲಿಗೆಗಳ ಏನನ್ನಲಿ ತಾಯಿ?

ನನಗೆ ಗೊತ್ತು ಈ ಪ್ರಶ್ನೆಗೂ ನಿನ್ನ ಉತ್ತರ ತಣ್ಣನೆಯ ತಾಯಿ ನಗುವು.

3. ಕ್ಷೀರ ಸಾಗರ

(ಧೂದ್ ಸಾಗರ ಜಲಪಾತ)

ನೋಡು ಬಾರಾ ಮನುಜ...

ನೋಡು ಬಾ

ಬದುಕ ಜಂಜಾಟಗಳ ತೊರೆದು

ನಿನ್ನ ಒಳಗಣ್ಣ ತೆರೆದು...

ಕ್ಷೀರ ಸಾಗರ ಉಕ್ಕಿ,

ಧೋ ಎಂದು ಸುರಿಯುವುದ...

ಶ್ವೇತ ಮೇಘಗಳು ಸಾಲಾಗಿ

ಕೃಷ್ಣ ಶಿಲೆ ಮೇಲೆ ಜಾರುವುದ

ಸುರಕನ್ನೆ ಸುರಲೋಕದಿಂದ

ಭೂಲೋಕಕ್ಕೆ ಇಳಿಯುವುದ

ನೋಡು ಬಾರಾ ಮನುಜ

ನೋಡು ಬಾ...

4. ನನ್ನ ದೇವರು

ಹುಡುಕಿದೆ ನಾ ಮಂದಿರ ಮಸೀದಿ ಚರ್ಚುಗಳ
ಅಲ್ಲಿಯೂ ನನ್ನ ದೇವರು ಕಾಣಲಿಲ್ಲ

ಹಿಮಾಲಯದ ತುದಿ ಹತ್ತಿ ಹುಡುಕಿದೆ
ವರುಷವೆಲ್ಲ ತಪಸ್ಸು ಮಾಡಿದೆ
ಕೂಗಿ ಕೂಗಿ ಕೂಗಿ ಕರೆದೆ
ಹೂ ಪೂಜೆ ಬಲಿ ಪೂಜೆ ಮಾಡಿ ನೋಡಿದೆ
ನನ್ನ ದೇವರು ಕಾಣಲಿಲ್ಲ

ಬೇಸರದಿ ಕಣ್ಮುಚ್ಚಿ ಕುಳಿತು
ಶಾಂತಿಯಿಂದ ನನ್ನೊಳಗೊಮ್ಮೆ ನೋಡಿದೆ
ಒಹ್ ಏನಾಶ್ಚರ್ಯ!!!
ಸ್ನೇಹ ಪ್ರೀತಿ ಕರುಣೆ ನಂಬಿಕೆ ವಾತ್ಸಲ್ಯಗಳ ರೂಪದಲ್ಲಿ
ಅರಿಷಡ್ವರ್ಗಗಳೆಂಬ ಅಸುರರೊಡನೆ ಹೋರಾಡುತ್ತಿದ್ದ
ನನ್ನ ದೇವರನು ಕಂಡೆ

5. ಓ! ಭುವನೇಶ್ವರಿ

ಬಾ ತಾಯಿ ಎನ್ನೆದೆಗೆ ನೀನಿಳಿದು ಬಾ,

ನನ್ನೆದೆಯ ಉಸಿರುಸಿರಲಿ ಝೇಂಕರಿಸು ಬಾ,

ಕಾವೇರಿ ಜಲದಿಂದ,

ತುಂಗಭದ್ರೆ ಒಡಲಿಂದ,

ಕೃಷ್ಣೆಯ ಅಲೆಯಿಂದ,

ನೀ ಹುಟ್ಟಿ ಬಾ.

ಬಾ ತಾಯಿ ಎನ್ನೆದೆಗೆ ನೀನಿಳಿದು ಬಾ,

ನನ್ನೆದೆಯ ಉಸಿರುಸಿರಲಿ ಝೇಂಕರಿಸು ಬಾ,

ಸಹ್ಯಾದ್ರಿ ಸಿರಿಯಲ್ಲಿ,

ಪಶ್ಚಿಮದ ಕಡಲಲ್ಲಿ,

ಕರಿಮಣ್ಣ ಕಂಪಲ್ಲಿ,

ನೀ ಬೆರೆತು ಬಾ.

ಜೋಗದ ಸಿರಿಯಲ್ಲಿ,

ಬಾದಾಮಿ ಶಿಲೆಯಲ್ಲಿ,

ಬೇಲೂರ ಕಲೆಯಲ್ಲಿ,

ನೀ ಮೂಡಿ ಬಾ.

ಬಾ ತಾಯಿ ಎನ್ನೆದೆಗೆ ನೀನಿಳಿದು ಬಾ,

ನನ್ನೆದೆಯ ಉಸಿರುಸಿರಲಿ ಝೇಂಕರಿಸು ಬಾ,

ರಸಿಕರ ನುಡಿ ಸೇರಿ,

ಕಬ್ಬಿಗರ ಕೈ ಜಾರಿ,

ವಚನಗಳ ಬೆರಗಲ್ಲಿ,

ನೀ ಬೆಳಗು ಬಾ,

ಕನ್ನಡಿಗರ ಹೃದಯ ಸಿಂಹಾಸನಾಧೀಶ್ವರಿ,

ಓ!ಈಶ್ವರಿ ಮಾಹೇಶ್ವರಿ,

ಬಾ ಎನ್ನ ನಾಲಿಗೆಯಲಿ ಓ! ಭುವನೇಶ್ವರಿ.

ಬಾ ತಾಯಿ ಎನ್ನೆದೆಗೆ ನೀನಿಳಿದು ಬಾ,

ನನ್ನೆದೆಯ ಉಸಿರುಸಿರಲಿ ಝೇಂಕರಿಸು ಬಾ,

6. ಪಯಣ

ಅಗೋ! ನೋಡಲ್ಲಿ,

ಪಶ್ಚಿಮದ ಕಡಲಲ್ಲಿ

ಆಸೆಯೆಂಬ ದೋಣಿ

ಜೀವನವೆಂಬ ಶರಧಿಯಲ್ಲಿ,

ಸಾಗುತಿದೆ ನೋಡು ಗುರಿಯಿಲ್ಲದೆ

ಕಾಲವೆಂಬ ಅಲೆಯಲ್ಲಿ

ಕೋಟಿ ಕೋಟಿ ಆಸೆ ಹಾರೈಕೆಗಳ ಬದಿಗಿಟ್ಟು

ಬರೀ ಮರೀಚಿಕೆಗಳ ನೆರಳಲ್ಲಿ

ಈ ಅರ್ಥವಿಲ್ಲದ ಪಯಣವೇತಕೆ ಮನವೇ?

ಕನಸೆಂಬ ಅಸ್ತಂಗತ ಸೂರ್ಯನ ಕಡೆಗಿಲ್ಲಿ.

7. ತಾನೇ ಕಡಲಾಗದಲೆ

ಒಬ್ಬರನೊಬ್ಬರನು ಹೇಗೆ ತಿಳಿವುದು

ಜೊತೆಗೆ ಸಾಗದಲೆ?

ಒಬ್ಬರ ಹಾದಿಯ ಹೇಗೆ ಅರಿವುದು

ಜೊತೆಗೆ ನಡೆಯದಲೆ?

ಹೇಳಬಹುದೆ ಹರಿವ ನದಿಯು

ಕಡಲಿನ ಆಳವನು?

ಕಡಲ ಒಡಲ ಸೇರದಲೆ,

ತಾನೇ ಕಡಲಾಗದಲೆ?

ಅವಸರವೇಕೆ ಒಬ್ಬರ ಮೇಲೆ

ಟಿಪ್ಪಣಿ ಬರೆವುದಕೆ

ಒಳ್ಳೆಯದೇನು ಪೂರ್ವಗ್ರಹಗಳು

ಸುಖಮಯ ಜೀವನಕೆ?

ದೂರಬಹುದೆ ಖಾಲಿಯ ಮರವು

ಮಾಘ ಮಾಸವನು

ಕಾಯದೆಯೆ ವಸಂತನ ಬರುವುಕಿಗೆ

ಹಸಿರ ತರುವಿಕೆಗೆ.

ಅರಿಯದೇ ಒಬ್ಬರ ತೆಗಳುವುದೇಕೆ?

ಬೆರೆಯದೆ ಒಬ್ಬರ ದೂರುವುದೇಕೆ?

ಧಾವಂತವಿಲ್ಲದೆ ಬದುಕು,

ಬದುಕಲಿ ಪ್ರೀತಿಯ ಹುಡುಕು.

8. ಬದುಕೇ ಸ್ವಾಗತ ನಿನಗೆ

ಉತ್ತರವಿರದ ಪ್ರಶ್ನೆಗಳು
ಅರ್ಥವೇ ಆಗದ ರೂಪಗಳು
ದ್ವೇಷಿಸಲಾಗದ ಮನಸುಗಳು
ಪ್ರೀತಿಸಲಾಗದ ಹೃದಯಗಳು
ಬದುಕೇ ಸ್ವಾಗತ ಸುಸ್ವಾಗತ ನಿನಗೆ.

ಅಕ್ಷಯವಾಗೋ ನೋವುಗಳು
ಕ್ಷಯಿಸಿ ಹೋಗೋ ನಲಿವುಗಳು
ಮುದ್ರಿಸಲಾಗದ ಕನಸುಗಳು
ನನಸೇ ಆಗದ ಆಸೆಗಳು
ಬದುಕೇ ಸ್ವಾಗತ ಸುಸ್ವಾಗತ ನಿನಗೆ.

ಬೆಳಕೇ ಇಲ್ಲದ ಹಗಲುಗಳು
ಕಾಡಿಸೋ ಗಾಢ ಇರುಳುಗಳು
ಊಹಿಸಲಾಗದ ತಿರುವುಗಳು
ಒಪ್ಪಿತವಾಗದ ಸತ್ಯಗಳು
ಬದುಕೇ ಸ್ವಾಗತ ಸುಸ್ವಾಗತ ನಿನಗೆ.

9. ಹಸಿರು ಹಿಮ

ನೀನು ಅನುಭವಿಸಿದ್ದೀಯ ಆ ನೋವ??
ತನ್ನದೆ ಮನೆಯಲ್ಲಿ ಪರಕೀಯರಂತೆ ಬದುಕುವುದ?
ಇದ್ದ ಸೂರು ಬಟ್ಟೆ ಬರೆ ಬಳ್ಳಿಗಳ ಬಿಟ್ಟು
ದಿಕ್ಕಿಲ್ಲದವರಂತೆ ತಿರುಗುವುದ?
ಹುಟ್ಟಿ ಬೆಳೆದು ಆಡಿ ಕುಣಿದು
ಬೇರು ಬಿಟ್ಟ ನೆಲವ ಬಿಟ್ಟು,
ಬೀಸಿದ ಬಿರುಗಾಳಿಗೆ ಸಿಕ್ಕು
ಹಾರಿ ಎಲ್ಲೋ ಬಿದ್ದು ಬೆಳೆಯುವುದ.
ನೀನು ಅನುಭವಿಸಿದ್ದೀಯ ಆ ನೋವ??
ಹೆಮ್ಮರಗಳಡಿಯಲ್ಲಿ ಅವು ತಿಂದುದು
ಉಳಿದ ಬೆಳಕನ್ನವನುಂಡು
ನಿಂತ ನೆಲದಲ್ಲಿ ಆಳಕ್ಕೆ ಇಳಿ ಇಳಿಯುತ್ತ,
ಆಗಸಕ್ಕೆ ಮುಖವಿಟ್ಟು ಬೆಳೆ ಬೆಳೆಯುತ್ತ
ದಶಕಗಳು ಕಳೆದರು ದೂರದಿಂದಲು
ನನ್ನೂರ. ನೋಡಲಾಗದ ನೋವ?
ನೀನು ಅನುಭವಿಸಿದ್ದೀಯ ಆ ನೋವ??
ಧರ್ಮದೆಂಡ ಕುಡಿದ ಕುರುಡು ಕುದುರೆಗಳು

ಕಣಿವೆಯಾಚೆಗಿನ ಸವಾರನ ಚಾಟಿ ಏಟಿಗೆ

ಕುಣಿಯುತ್ತ ಕೆನೆಯುತ್ತ ಸಿಕ್ಕ ಸಿಕ್ಕವರ

ಮೇಲೆ ಓಡುತ್ತಾ ತುಳಿಯುತ್ತ

ಹರಿದು ಹೆಪ್ಪುಗಟ್ಟಿದ ನೆತ್ತರ ಕವುರು ವಾಸನೆಯ

ಮೂಸಿ ಮೂಸಿ ಮತ್ತೆ ಉನ್ಮತ್ತವಾಗಿ

ಮತ್ತೆ ಮತ್ತೆ ಕೆನೆಯುತ್ತ ತುಳಿಯುತ್ತ

ನನ್ನಂತೆ ನನ್ನ ದೇವರು ನಡು ಬೀದಿಯಲಿ

ಹರಿದ ಮಾನ,ವಸ್ತ್ರಗಳಲಿ,

ಅಶಕ್ತರಾಗಿ ಬೀಳುವುದ.

ನೀನು ಅನುಭವಿಸಿದ್ದೀಯ ಆ ನೋವ??

ಅಂಗಲಾಚಿದರು ಗುಲಗಂಜಿಯಷ್ಟಿರದ

ಕರುಣೆಯ ಬೇಡುತ್ತ,

ಮೊಲೆಯಾಲುಣಿಸದ ಹಸುಗೂಸು,ಸಿಕ್ಕುಳಿದ

ಬಂಧುಬಳಗಗಳ ಕಾಲಡಿಯಿಂದ ತಪ್ಪಿಸಿ

ಮಿಕ್ಕವರ ಸಾವಿಗೊಪ್ಪಿಸಿ.

ನೋಡ ನೋಡುತ್ತ ಬಿಳಿ ಹಿಮವು ಹಸಿರಾಗುತ್ತ,ಕಾವೇರುತ್ತ,

ಕುದಿಯುತ್ತ ಉರಿಯುತ್ತ

ನನ್ನೂರ ನನ್ನೋರ ನುಂಗುವುದ,

ತಿರುಗಿ ನೋಡದೆ ಹರಿದು ಹರಿಯುವುದ

ನೀನು ಅನುಭವಿಸಿದ್ದೀಯ ಆ ನೋವ??

10. ದಿಗಂತದಾಚೆ

ಬಾ ಹೋಗುವ ಒಮ್ಮೆ ಈ ದಿಗಂತದಾಚೆಗೆ,

ಸ್ನೇಹ ಪ್ರೀತಿ ತುಂಬಿದ ಕ್ಷೀರ ಸಾಗರದೆಡೆಗೆ,

ಬಾಂಧವ್ಯದ ಮಳೆಯಲ್ಲಿ ಹಸಿರಾದ ಭೂಮಿಗೆ,

ಏನು ಬೇಕು ಹೇಳು ನಿನಗೆ?

ಈ ಮೂರು ದಿನದ ಬಾಳಿಗೆ

ಪ್ರೀತಿ ವಾತ್ಸಲ್ಯದ ಹೊರತು

ಇನ್ನು ಯಾವ ರೀತಿಯ ಬೆಸುಗೆ?

ಉಳಿದಿದ್ದೇನು ನಿನಗೆ

ನಿನ್ನ ಬದುಕಿನ ಕೊನೆಗೆ?

ಸೇರಿದ್ದಷ್ಟೆ ಈ ದೇಹ ನೀನು ನಿಂತ ಮಣ್ಣಿಗೆ

ಬರೆಸುವ ಮುನ್ನ ಮರಣದ ಹಲಗೆ

ಹಂಚಿಕೊಂಡು ಬಾಳು ಸ್ನೇಹ ಪ್ರೀತಿಯ ಎಲ್ಲರ ಜೊತೆಗೆ

ಬಾ ಹೋಗುವ ಒಮ್ಮೆ ಈ ದಿಗಂತದಾಚೆಗೆ,

ಸ್ನೇಹ ಪ್ರೀತಿ ತುಂಬಿದ ಕ್ಷೀರ ಸಾಗರದೆಡೆಗೆ,

11. ನಾನು ಕವಿಯಲ್ಲ

ನನಗೇಕೆ ಕವಿಯೆಂಬ ಪಟ್ಟಾಭಿಷೇಕ??

ನಾನೋ ಬರಿಯ ಪದ ವಿನ್ಯಾಸಕ

ಪುರಾತನರಿಂದ ಬೇಡಿ ಪಡೆವ ಭಿಕ್ಷುಕ.

ಅಲಂಕಾರ ವ್ಯಾಕರಣಗಳ ಅರಿವಿಲ್ಲ,

ಆದಿ ಮಧ್ಯಮ ನವೋದಯಗಳ ತಿಳಿದಿಲ್ಲ,

ಪದ್ಯ ಪ್ರಾಕಾರಗಳಂತು ಬಲುದೂರ

ಅವುಗಳ ಹತ್ತಿರವು ಸುಳಿದಿಲ್ಲ.

ಓದಿಲ್ಲ,ಕೇಳಿಲ್ಲ,ತಿದ್ದಿ ತೀಡಿದವರಿಲ್ಲ,

ತಾಳ ಪ್ರಾಸಗಳ ಜೊತೆ ಜಗಳವ ಮಾಡಿಲ್ಲ,

ತ್ರಿಪದಿಯೋ? ಷಟ್ಪದಿಯೋ? ಶತಕವೇನೋ!!

ಎಣಿಸಲು ಹೋಗಿಲ್ಲ.

ನನಗೇಕೆ ಕವಿಯೆಂಬ ಪಟ್ಟಾಭಿಷೇಕ??

ನಾನೋ ಬರಿಯ ಪದ ವಿನ್ಯಾಸಕ

ಮನಸಿಗೆ ತೋಚಿದ್ದೆಲ್ಲ ಬರೆಯುವುದು

ಹಳೆಯ ಅಭ್ಯಾಸ,

ಬರೆದಾಗ ಕೆಲವೊಮ್ಮೆ ಆಗಿದ್ದುಂಟು ಆಭಾಸ,

ಲೋಕದಲಿ "ಎಡವದೆ ನಡೆದವರಿಲ್ಲ" ಎಂದು ಹೇಳುತಿದೆ ಇತಿಹಾಸ.

ನನ್ನದು ಒಳಗಿನ ಮಾತುಗಳನು

ಸಿಂಗರಿಸೋ ಸಾಹಸ,

ಸಿಕ್ಕ ಸಿಕ್ಕ ಪದಗಳನು ಜೋಡಿ ಮಾಡಿ

ಕೂಡಿಸುವುದೆ ಕೆಲಸ

ಜೊತೆಯಾಗದೆ ಬಹು ಬಾರಿ ಬಂದಿದ್ದುಂಟು ವಿರಸ.

ನನಗೇಕೆ ಕವಿಯೆಂಬ ಪಟ್ಟಾಭಿಷೇಕ??

ನಾನೋ ಬರಿಯ ಪದ ವಿನ್ಯಾಸಕ

ನಾ ಗೀಚಿದ್ದೆಲ್ಲ ಕವಿತೆಯೆಂಬ ಹಟವೇನು ಇಲ್ಲ,

ಕವಿತೆಯಂತೆ ನಿಮಗೆ ಕಂಡರೆ

ತಪ್ಪಿಗೆ ನಾನು ಹೊಣೆಯಲ್ಲ,

ಓದಿ ಮೆಚ್ಚಿ ಕ್ಷಮಿಸಿ ಕವಿಯೆಂದರೆ

ಮಾತನಾಡಲು ಇನ್ನೇನು ಉಳಿದಿಲ್ಲ.

ನನಗೇಕೆ ಕವಿಯೆಂಬ ಪಟ್ಟಾಭಿಷೇಕ??

ನಾನೋ ಬರಿಯ ಪದ ವಿನ್ಯಾಸಕ

12. ಸ್ವಾತಂತ್ರ್ಯ ವೀರ ಸಾವರ್ಕರ್

ಭರತಮಾತೆಯ ಅಮೃತ ಗರ್ಭ ಕಿಶೋರ,
ಧೀರ ಶೂರ ವೀರ ಸಾವರ್ಕರ
ಹೊತ್ತ ಭೂಮಿಯನು ಹೆತ್ತ ತಾಯಿಗು
ಮಿಗಿಲಾಗಿ ಪ್ರೀತಿಸಿದೆ,
ಸನಾತನ ಧರ್ಮದ ಹಿರಿಮೆಯನು
ಸಾರಿಸಿದೆ,
ಪತಿತ ಪಾವನ ಮಂದಿರ ಕಟ್ಟಿ
ಜಾತಿಗಳ ಗೋಡೆ ಕೆಡವಿಸಿದೆ,
ಪ್ರಥಮ ಸ್ವಾತಂತ್ರ್ಯ ಸಂಗ್ರಾಮದ
ಹಿರಿಮೆಯನು ಮೆರೆಸಿದೆ,
ಸಾವಿರ ಸಾವಿರ ಕ್ರಾಂತಿಕಾರಿಗಳ ಬೆಳೆಸಿದೆ,
ತರುಣ ಎದೆಗಳಲಿ
ಸ್ವಾತಂತ್ರ್ಯ ಕಿಡಿಯನು ಹೊತ್ತಿಸಿದೆ,
ಭರತಮಾತೆಯ ಅಮೃತ ಗರ್ಭ ಕಿಶೋರ,
ಧೀರ ಶೂರ ವೀರ ಸಾವರ್ಕರ

ನಿಮಗೆ ಮಹಾಸಾಗರವು ಹಿರಿದೆನಿಸಲಿಲ್ಲ,

ಭಾರತ ಸ್ವಾತಂತ್ರ್ಯ ಸಂಕಲ್ಪ ಮಾತ್ರದಿಂದ
ಈಜಿ ಗೆದ್ದಿರಲ್ಲ,
ಕಗ್ಗತ್ತಲ ಸೆರವಾಸ ನಿಮ್ಮ ಎದೆಗುಂದಿಸಲಿಲ್ಲ,
ಕರಿನೀರ ಯಮಯಾತನೆಯು
ನಿಮ್ಮ ಸೋಲಿಸಲಿಲ್ಲ,
ಅಂಡಮಾನಿನ ಕ್ರೂರ ಜೈಲಿಗು
ನಿಮ್ಮ ತಡೆಯುವ ಬಲವಿರಲಿಲ್ಲ,
ಜೈಲಿನ ಗೋಡೆಗಳಲಿ ಬರಿಯ ಮೊಳೆಯಿಡಿದು
ಹದಿನಾಲ್ಕು ಸಾವಿರ ಸಾಲಿನ
ಕಮಲವನು ಅರಳಿಸಿದಿರಲ್ಲ,
ಭರತಮಾತೆಯ ಅಮೃತ ಗರ್ಭ ಕಿಶೋರ,
ಧೀರ ಶೂರ ವೀರ ಸಾವರ್ಕರ

ಜೀವನ ತಾರುಣ್ಯವೆಲ್ಲ ತಾಯಿ ಬಿಡುಗಡೆಗೆ
ತೇಯ್ದಿರಿ ನೀವು,
ಸ್ವಾತಂತ್ರ್ಯ ದೇಶದಲಿ ನಿಮಗೊಂದು
ಗೌರವ ಸ್ಥಾನ ನೀಡಲಾಗದ ದೌರ್ಭಾಗ್ಯವಂತರು ನಾವು,
ಕಾಲುತೊಳೆದು ಪೂಜಿಸದೆ ಕೋರ್ಟಿನ ಕಟ ಕಟೆಯಲಿ
ನಿಲ್ಲಿಸಿದ ಕ್ರೂರಿಗಳು ನಾವು,
ನಿಜ ಸ್ವಾತಂತ್ರ್ಯ ವೀರನಿಗೆ ನೋವಿನ
ಸಾವು ನೀಡಿದ ಹೃದಯ ಹೀನರು ನಾವು,

ನಿಮ್ಮಂತ ಯೋಧರಿಗೆ ನ್ಯಾಯಕೊಡಿಸಲಾಗದ ನಿರ್ವೀರ್ಯರು ನಾವು,

ಸಾದ್ಯವಾದರೆ ಕ್ಷಮಿಸಿ ಬಿಡಿ ನಮ್ಮನು

ನಾವಲ್ಲ ನಿಮ್ಮ ಕನಸಿನ ಭಾರತೀಯರು.

ಭರತಮಾತೆಯ ಅಮೃತ ಗರ್ಭ ಕಿಶೋರ,

ಧೀರ ಶೂರ ವೀರ ಸಾವರ್ಕರ

13. ಶಂಕರ - ಚಾಂಡಾಲ

ವಿಶ್ವನಾಥ ಅನ್ನಪೂರ್ಣೆಯ ನೆನೆಯುತ್ತ
ನಡೆಯುತಿಹನು ಬಾಲಯತಿ
ಶಿಷ್ಯ ಕುಲದೊಡಗೂಡಿ ಕಾಶಿಪುರ
ವೀದಿಯಲಿ ಸಂಧ್ಯಾವಂದನೆಗೆ ಗಂಗೆಯತ್ತ.
ಗಾವುದ ದೂರದಲಿ,
ಯತಿ ಪೋಗುತಿಹ ದಾರಿಯಲಿ
ದುರ್ಗಂಧದಿ ಮಿಂದೆದ್ದ
ಚಾತುರ್ವರ್ಣದಿಂ ಹೊರಗಿದ್ದ
ಚಾಂಡಾಲ ಬರುತಿರ್ದ
ಕರದಲ್ಲಿ ಪಿಡಿದ ನಾಲ್ಕು ಶ್ವಾನ
ಗಂಟು ಕಟ್ಟಿದ ನಿರ್ಜಲ ಕೇಶ ಜಾಲ
ಶಿರದಲ್ಲಿ ಹೊತ್ತ ಶರೆಯ ಗಡಿಗೆ
ಮೈಯಲ್ಲ ಹೊಲಸು ಕುಡಿಕೆ
ಮಾಂಸವನು ಭಕ್ಷಿಸುತ
ಎದುರಾದನು ಬಾಲ ಯತಿಗೆ,
ಸಹಿಸಲಾರದೆ ದುರ್ಗಂಧವನು
ತೆರಯಲಾಗದೆ ನಾಸಿಕವನು

ಅಸಹನೆಯಿಂದ ನುಡಿದನು ಶಂಕರನು

"ಎಲ್ಲೈ ಚಾಂಡಾಲ ಹೋಗು ಹೋಗೆಲೋ

ದೂರ,

ಯತಿಪಂಡಿತೋತ್ತಮಂಗಳು ಗಮನಿಸುವ ವೀದಿಯೊಳು

ಬರಲೆಂತು ಧೈರ್ಯವೋ ನಿನಗೆ

ಹೋಗು ಹೋಗೆಲೋ ದೂರ"

ಯತಿ ನುಡಿಗಳಂ ಕೇಳಿ

ವರ್ಷಮೇಘಗಳ ಗುಡುಗಿನಂತೆ

ನಗುತ ಉಚ್ಛ ಕಂಠದಲಿ

ಶಂಕರರನೆ ದಿಟ್ಟಿಸಿ ನೋಡಿ ನುಡಿದನು

ಎಲ್ಲೈ! ಬಾಲ ಯತಿಯೆ

ಯಾರಿಗೆ ದೂರ ಪೋಗೆಂದದು?

ನಾಳೆ ಅಳಿಯುವ ಈ ಮಿಥ್ಯ ಕಾಯಕ್ಕ?

ಎಂದು ಅಳಿಯದ ಪರಮಾತ್ಮ ಆತ್ಮಕ್ಕ?

ಅನ್ನದಿಂದಲೇ ಆದದ್ದು ನಮ್ಮಿಬ್ಬರ ದೇಹ

ನೀ ಮಡಿ ನಾ ಮೈಲಿಗೆ ಹೇಗ?

ಆತ್ಮ ಎಲ್ಲರಲು ಒಂದೇ

ನಾ ಭಿನ್ನ ಹೇಗ?

ಆತ್ಮಾಭಿಮುಕಿ ಸಂನ್ಯಾಸಿಗು

ಮೈಯ ಅಶುಚಿಯು ಕಂಡದ್ದು ಹೇಗ??

ಎಲ್ಲೈ! ಶಂಕರನೆ

ಎಲ್ಲಿ ಹೋಗಲಿ?

ಹೇಳ ಎಷ್ಟು ದೂರ ಹೋಗಲಿ?

ಎಲ್ಲಿ ಹೋದರು ನಮ್ಮಿಬ್ಬರ ಭೂಮಿಯೊಂದೆ

ನಮ್ಮಿಬ್ಬರ ನೆತ್ತಿಮೇಲಿನ ಆಗಸವೊಂದೆ

ಕುಡಿಯೊ ವಾಯುವೊಂದೆ

ಬ್ರಹ್ಮ ಬ್ರಹ್ಮಾಂಡವೊಂದೆ ನಮ್ಮಿಬ್ಬರಿಗೆ

ಹೇಳು ಶಂಕರ ನಾನು ನೀನೆಂಬ ದ್ವೈತ ಉಂಟೆ??

ಭಿನ್ನ ಬ್ರಹ್ಮವುಂಟೆ??

ಉಂಟೆಂದೊಡೆ ನಿನ್ನ ಅದ್ವೈತ

ಬರಿ ಮೃಗಜಲವೆ??

ಸಾವಿರ ಮಿಂಚುಗಳು ಒಮ್ಮೆಲೆ ಬಡಿದಂತೆ

ಬೆಂಕಿ ಜ್ವಾಲೆಯೊಳು ಪತಂಗ ಸುಟ್ಟಂತೆ

ಭೇದ ಭ್ರಾಂತಿಯು ಕರಗಿ

ಯತಿಯ ಕಣ್ಣಲಿ ಅಶ್ರು ತುಂಬಿ

ಕರಗಳನೆತ್ತಿ ಸಾಷ್ಟಾಂಗ ನಮಸ್ಕರಿಸಿ

ಚಾಂಡಲ ಪಾದ ಪಿಡಿದು

"ಎನ್ನ ಗುರುವಯ್ಯ ನೀನು

ನನ್ನ ವಿಶ್ವನಾಥನೆ ನೀನು

ಅದ್ವೈತ ದಕ್ಷಿಣ ಮೂರ್ತಿ ನೀನು

ಇಂದೆನಗೆ ಅದ್ವೈತವನು ಅನುಗ್ರಹಿಸಿದೆ

ಹರಸು ಗುರುವೆ ಹರಸು ನಿನ್ನ ಮಗನ"

ಕಂಬನಿಯಿಂದ ಚಾಂಡಾಲನ
ಪಾದ ತೊಳೆದ ಶಂಕರ
ನೆತ್ತಿ ನೇವರಿಸಿ
ಜ್ಞಾನ ವೈರಾಗ್ಯ ಹರಸಿ
ಗಂಗೆಯೆಡೆ ನಡೆದನು
ಚಾಂಡಾಲನು
ಹಿನ್ನೆಲೆಯಲಿ ಮಂದಿರದಲಿ
ಗಂಟೆ ವಾದ್ಯಗಳು ಮೊಳಗಿದವು
ಬಾಲ ಶಂಕರನ ಮನಸಿನಲಿ
ಅದ್ವೈತ ಪ್ರಣತೆ ಬೆಳಗಿದವು.

14. ಶ್ರೀ ಗುರು ಬಸವ

ದೈವ ಗರ್ಭದಲಿ ಜನಿಸಿದ

ಪವಾಡ ಪುರುಷನಲ್ಲ ನೀನು,

ಯಾವ ಕೈಲಾಸದ ಶಿವನ

ನಂದಿಯ ಅವತಾರವು ಅಲ್ಲ ನೀನು,

ಮಾಟ,ಮಂತ್ರ, ಮೋಡಿ ಮಾಡಿ ದೇವರಾದವನಲ್ಲ ನೀನು,

ಸಾಮಾನ್ಯನಂತೆ ಜನಿಸಿ, ಜ್ಞಾನದ ಅಗ್ನಿ ಉರಿಸಿ,

ಧರ್ಮ ಶಾಸ್ತ್ರಗಳ ಪ್ರಶ್ನಿಸಿ, ಕಟ್ಟುಪಾಡುಗಳ ದಿಕ್ಕರಿಸಿ,

ಸಮಾಜದೊಳಗಡೆಯೆ ಬದುಕುತ್ತ,ಬೇಯುತ್ತ, ಬೆಳೆಯುತ್ತ,

ಮೌಢ್ಯಗಳ ತಲೆಯ ತುಳಿಯುತ್ತ,

ಸಮಾಜದ ಅಂಕುಡೊಂಕುಗಳ ತಿದ್ದಿ ತೀಡುತ್ತ,

ತಾನು ಡೊಂಕಾಗದೆ,ಟೊಳ್ಳಾಗದೆ,ಸುಳ್ಳಾಗದೆ,

ಪದವಿಗೆ ಮರುಳಾಗದೆ,

ತಾ ನುಡಿದಂತೆ ನಡೆದು,

ಎಲ್ಲರಿಂದಲು ಕಲಿತು,ಎಲ್ಲರಿಗು ಕಲಿಸಿ

ತಾನು ಬೆಳೆದು ಕಿರಿಯವನಾಗಿ, ಬೆಳಸಿ ಹಿರಿಯವನಾಗಿ,

ಶರಣರಿಗೆ ಅಣ್ಣನಾಗಿ,

ದೀನರಿಗೆ ಕಣ್ಣೊರೆಸೊ ಮಗನಾಗಿ,

ಸಕಲರ ಕಲ್ಯಾಣದ ಕನಸ ಬಿತ್ತಿ,
ಪಂಚಮರ ಉದ್ಧಾರದ ಮನಸುಗಳ ಬೆಳಿಸಿ,
ಸಕಲ ಜೀವಾತ್ಮಗಳಿಗು ಲೇಸ ಬಯಸಿ,
ಕಾಯಕ ಧರ್ಮವ ಕೊಟ್ಟು ಕೈಲಾಸ ಮರೆಸಿ,
ಸಾಮಾನ್ಯರೊಳು ಅಸಮಾನ್ಯನಂತೆ ಬದುಕಿ,
ಜಗದ ಜನಗಳ ಕಣ್ಣಲಿ ಗುರುವಾಗಿ,
ನಿನ್ನ ಪುಣ್ಯ ಕಾಯಕದಿಂದ ದೇವರಾದವನು ನೀನು
ಶ್ರೀ ಗುರು ಬಸವ".

15. ಆತ್ಮ

ದೇಹ ಆತ್ಮದ ಸಂಬಂಧ

ಕಮಲ ಪತ್ರದ ಮೇಲಿನ ಹನಿಯಂತೆ,

ಇರುವಷ್ಟು ದಿನ ಹೊಳೆದು

ವಿಧಿಯ ಗಾಳಿಗೆ ನಡುಗಿ ಒಡೆದು,

ಕೆಳಗೆ ಬಿದ್ದು ಮಣ್ಣ ಕಲೆತು,

ಪುಣ್ಯಕರ್ಮಗಳಲ್ಲಿ ಉರಿದು ಕರಗಿ,

ಆವಿಯಾಗಿ ಮೋಡದಲ್ಲಿ ಉದುಗಿ,

ಮಳೆಯಾಗಿ ಬೀಳುವುದು

ಪದ್ಮಪತ್ರದ ಮೇಲೆ,

ಹೊಳೆವ ಜಲ ಬಿಂದುವಾಗಿ,

ಕಡಲ ಒಳಗಾವುದೊ ಕಪ್ಪೆ

ಚಿಪ್ಪೊಳಗೆ ಮುತ್ತಾಗಿ,

ನದಿ ಝುರಿಯೊಳಗೆ ಜೀವ

ಸೆಲೆಯಾಗಿ,

16. ಭಾರತೀಯ - ರಾಜಕೀಯ

ಬೇರೆಯವರು ನಮ್ಮನ್ನಾಳುವಾಗ
ಅತ್ತವರು ಅಷ್ಟೊಂದಿರಲಿಲ್ಲ
ಕೆಲವರಿಗೆ ಅದು ಗೊತ್ತೇ ಇರಲಿಲ್ಲ
ನಮ್ಮವರೇ ನಮ್ಮನ್ನಾಳುವಾಗ
ಹಸಿವಿನಿಂದ ಸಾಯುವವರಿಗೆ ಬರವಿಲ್ಲ

ಆಂಗ್ಲರು ನಮ್ಮನ್ನಾಳುವಾಗ ಉಳಿದಿದ್ದವೇನೋ
ಚೂರು ಪಾರು ಮಾನ ಮರ್ಯಾದೆಗಳು
ಬಡವರ ಮೇಲಿನ ಒಣಗಿದ ಚರ್ಮವನ್ನು ಬಿಡುತ್ತಿಲ್ಲ
ಇವಾಗಿನ ಭ್ರಷ್ಟ ರಾಜಕಾರಣಿಗಳೆಂಬ ನಾಯಿಗಳು
ಏನಾದರೇನಂತೆ ಬಂಧುಗಳೇ....
ಎದೆಗುಂದದಿರಿ, ತಲೆ ತಗ್ಗಿಸದಿರಿ
ಎಲ್ಲರು ಒಂದಾಗಿ ಕೈ ಜೋಡಿಸೋಣ
ಸುವರ್ಣ ಯುಗ ನಮ್ಮ ಪಾಲಿಗಿದೆ
ಅದಕ್ಕಾಗಿ ಶ್ರಮಿಸೋಣ,
ನವ ಭಾರತ ನಮ್ಮೆಲ್ಲರ ಕನಸು
ಅದಕ್ಕಾಗಿ ದುಡಿಯೋಣ...

17. ವಸುಂಧರಿ

ಮೈತೊಳೆದು ನಿಂತವಳೆ,
ಮೊಗ ಕಳೆಯ ತುಂಬವಳೆ,
ಮೋಹಕ ಮದನಾರಿ,ವಸುಂಧರಿ.

ಬಿಚ್ಚಿದ ಜಟೆಗಳಲ್ಲಿ
ಹನಿ ಹನಿ ನೀರು ಜಿನುಗಿ,
ಬೆಟ್ಟಗುಡ್ಡ ಕಣಿವೆಯಲಿ
ಝರಿ ತೊರೆ ನದಿಯಾಗಿ,
ಹರಿದು ಹಸಿರ ಬೆರಗಾಗಿ,
ಜೀವ ರಸಿಕರಿಗೆ ಉಸಿರಾಗಿ,
ಅಂತರಾಳದೊಳಗೆ ವೈಣಿಕಳಾಗಿ,
ಆತ್ಮನಾದವ ನುಡಿಸವಳೆ"

18. ಮರಣ ಮೃದಂಗ

ಹಸಿರು ಕಾನನ, ಹಕ್ಕಿಗಳ ಕಲರವ,
ಸ್ವಚ್ಛಂದ ಗಾಳಿ ಇನ್ನಿಲ್ಲವಾಗುತಿದೆ ಕೇಳು.
ವರ್ಷದ ಸೆಲೆಯಲ್ಲಿ ಮೈನೆರೆದು ನಿಲುತಿದ್ದ
ಝರಿ ಕೆರೆಗಳು ಎತ್ತ ಹೋದವು ಹೇಳು.
ಪ್ರಕೃತಿಯು ನೋವಿನಲಿ ಕಣ್ಣೀರ ಸುರಿಸಿಹಳು
ಕೇಳುವರ್ಯಾರು ಅವಳ ಗೋಳು??
ಹಸಿರೆಲೆ ಹೂ ತುಂಬಿ ನಗುತಿದ್ದ ಬನವೆಲ್ಲ
ಇಂದಾಯ್ತು ಖಾಲಿ ಖಾಲಿ,
ಹಸಿರು ಕಾನನ, ಹಕ್ಕಿಗಳ ಕಲರವ,
ಸ್ವಚ್ಛಂದ ಗಾಳಿ ಇನ್ನಿಲ್ಲವಾಗುತಿದೆ ಕೇಳು.
ಕಾರ್ಮೋಡ ಕವಿದಂತೆ ಕೆಂಧೂಳು ಜಿಗಿದೆದ್ದು
ಕೇಕೆ ಹಾಕಿ ಮಾಡುತಿದೆ ಗೇಲಿ.
ದುರಾಸೆಯ ದೆವ್ವ ಮೈಹೊಕ್ಕ ಮನುಜನ
ಕ್ರೌರ್ಯಕ್ಕೆ ಎಲ್ಲುಂಟು ಇಲ್ಲಿ ಬೇಲಿ??

ಉನ್ಮಾದನಂತೆ ಸ್ವಾರ್ಥದ ಸೈನ್ಯ ಕಟ್ಟಿ,
ಪ್ರಕೃತಿಯ ಜೊತೆಗಾಡದಿರು ಚದುರಂಗ.

ಎಚ್ಚೆತ್ತುಕೊಳ್ಳದಿರೆ ಮುಂದಿಹುದು ನಿನ್ನ

ಬರದ ಭವಿಷ್ಯದ ರಣರಂಗ

ಎಲೈ! ಮಾನವನೆ ಕಿವಿ ಮುಚ್ಚದೆ ಕೇಳಿಸಿಕೊ

ಸುಪ್ತ ಚೇತನವೊಂದು ನಿನ್ನ ಅವನತಿಯ ಕುರುಹಾಗಿ ಬಾರಿಸುತಿಹುದು ಮರಣ ಮೃದಂಗ.

ಹಸಿರು ಕಾನನ, ಹಕ್ಕಿಗಳ ಕಲರವ,

ಸ್ವಚ್ಛಂದ ಗಾಳಿ ಇನ್ನಿಲ್ಲವಾಗುತಿದೆ ಕೇಳು.

19. ಚಿದಾನಂದ

ನಾನು ಲಿಂಗಾಯತ,ಬ್ರಾಹ್ಮಣನಲ್ಲ,

ಕುರುಬ ಉಪ್ಪಾರ ವೈಶ್ಯನಲ್ಲ,

ಹರಿಜನ ಗೊಲ್ಲ ಬೇಡನು ಅಲ್ಲ,

ನನಗೆ

ಜಾತಿ ಧರ್ಮ ಭಾಷೆಗಳ ಬೇಲಿಯಿಲ್ಲ,

ರಾಗ ದ್ವೇಷಗಳ ಅಂಟಿಲ್ಲ,

ಹುಟ್ಟು ಸಾವುಗಳ ಬಂಧನವಿಲ್ಲ,

ನನಗಿಲ್ಲ ಹಸಿವು ತೃಷೆ ಕಾಮನೆಗಳು,

ನನಗಿಲ್ಲ ರೂಪ ರಂಗುಗಳು,

ನಾನು ಲಿಂಗಾಯತ,ಬ್ರಾಹ್ಮಣನಲ್ಲ,

ಕುರುಬ ಉಪ್ಪಾರ ವೈಶ್ಯನಲ್ಲ,

ಹರಿಜನ ಗೊಲ್ಲ ಬೇಡನು ಅಲ್ಲ,

ನಾನಿಲ್ಲ ಪಂಚಭೂತಗಳ ಹಂಗಿನೊಳು

ನಾನಲ್ಲ ಮೋಹ ಮಾಯೆಯ ಬಾಧಿತನು,

ನನಗಿಲ್ಲಿ ಹೆಸರಿಲ್ಲ. ನಾನಲ್ಲ

ಈ ಕಾಯದ ಮಾಲೀಕನು

ನಾನೊಂದು ರೂಪವಿಲ್ಲದ ಗುಣವಿಲ್ಲದ
ಸಾವಿಲ್ಲದ ಚಿದಾನಂದ ಆತ್ಮ ರೂಪನು.
ನಾನು ಲಿಂಗಾಯತ,ಬ್ರಾಹ್ಮಣನಲ್ಲ,
ಕುರುಬ ಉಪ್ಪಾರ ವೈಶ್ಯನಲ್ಲ,
ಹರಿಜನ ಗೊಲ್ಲ ಬೇಡನು ಅಲ್ಲ,

20. ಲೀಲಾ ವಿನೋದ

ಜೀವಿಗಳೊಡಲಲ್ಲಿ ಹಸಿವನು ಕೊಟ್ಟೆ
ಭೂಮಿಯ ಗರ್ಭದಲಿ ಅನ್ನವನಿಟ್ಟೆ

ಚೆಂದದಿ ಅರಳೊ ಹೂವನು ಕೊಟ್ಟೆ
ಹೂವಿನ ಜೀವವ ಬೆಳಕಲ್ಲಿಟ್ಟೆ

ಸುಂದರವಾದ ಚಿಟ್ಟೆಯನಿಟ್ಟೆ
ಮೂರೆದಿನದ ಆಯುಷ್ಯಕೊಟ್ಟೆ

ಚಂದ್ರಗೆ ಚೆಂದದ ಹುಣ್ಣಿಮೆಯ ಕೊಟ್ಟೆ
ಹುಣ್ಣಿಮೆ ಜೊತೆಗೆ ಅಮವಾಸ್ಯೆಯನಿಟ್ಟೆ

ರವಿಗೆ ಜಗ ಬೆಳಗೊ ಶಕ್ತಿಯಕೊಟ್ಟೆ
ಗ್ರಹಣದ ಭಯವನು ಜೊತೆಯಲಿ ಇಟ್ಟೆ

ಕರುಣೆಯ ದೀಪವ ಎದೆಯಲಿ ಕೊಟ್ಟೆ
ದ್ವೇಷದ ಗಾಳಿಯ ಜಗಳವ ಇಟ್ಟೆ

ನಿನ್ನ ಲೆಕ್ಕವ ತಿಳಿಯುವ ದಾರಿಯ ಬಿಟ್ಟೆ
ಅಹಂಕಾರದ ಮುಳ್ಳನು ದಾರೀಲಿ ಇಟ್ಟೆ.

21. ನಾನೇ ಭಾರತ

ಧರ್ಮ ಬೀಜಾಂಕುರ ನಾನೇ
ಕರ್ಮ ಕಾಯಕವು ನಾನೇ
ಕೈಲಾಸ ಗಿರಿಯಿಂದೊರಟ ಓಂಕಾರ ರೂಪವು ನಾನೇ
ನಾನೇ ಸನ್ಮತ ನಾನೇ ಭಾರತ.

ಅಡಿಯಿಂದ ಮುಡಿಯೆ ಸೇತುಬಂಧ ಹಿಮಾಲಯ
ಬಾಹುಗಳೆರಡು ಸೌರಾಷ್ಟ್ರ ಕಾಮರೂಪ
ಶಿರ ಕಾಶ್ಮೀರ ಇಂದ್ರಪ್ರಸ್ಥ ಹೃದಯ
ಕಾಲ್ಬಲಗಳೆ ಷಟ್ದ್ರಾವಿಡ ಆಲಯ
ನಾನೇ ಸನ್ಮತ ನಾನೇ ಭಾರತ.

ಗಂಗಾಯಮುನಾ ನಾನೇ
ನಾನೇ ಬ್ರಹ್ಮಪುತ್ರ ಸರಸ್ವತಿ
ಕಾವೇರಿ ಗೋದಾರಿ ನರ್ಮದೆ ಕೃಷ್ಣೆ ನಾನೇ
ತುಂಗಭದ್ರೆ ಶರಾವತಿ ಕಾಳಿ ತಪತಿಯು ನಾನೇ
ನಾನೇ ಸನ್ಮತ ನಾನೇ ಭಾರತ.

ಹಿಂದುಗಿರಿ ವಿಂಧ್ಯಗಿರಿಯು ನಾನೇ
ಶಿವಗಿರಿ ಅರಾವಳಿಯು ನಾನೇ
ನೀಲಗಿರಿ ಸಹ್ಯಾದ್ರಿಯು ನಾನೇ
ಮೂರು ದಿಕ್ಕಲು ಅಂಬುದಿಯು ನಾನೇ
ನಾನೇ ಸನ್ಮತ ನಾನೇ ಭಾರತ.

ಕಾಶಿ ಬದರಿಯು ನಾನೇ
ನಾನೇ ಅಯೋಧ್ಯ ಕನ್ಯಾಕುಮಾರಿಯು
ನಾನೇ ದ್ವಾದಶ ಜ್ಯೋತಿರ್ಲಿಂಗವು
ನಾನೇ ಮಹಾಬಲ ಆತ್ಮಲಿಂಗವು
ನಾನೇ ಸಕಲ ಪುಣ್ಯ ದೈವಸ್ಥಳವು
ನಾನೇ ಸನ್ಮತ ನಾನೇ ಭಾರತ.

ನಾನೇ ವಾಲ್ಮೀಕಿ ವ್ಯಾಸಾದಿ ಋಷಿ ಕವಿಯು
ನಾನೇ ವೇದ ವೇದಾಂತವು
ಕೋಟಿ ಪುರಾಣ ಭಾಷ್ಯಗಳು ನಾನೇ
ನಾನೇ ಬುದ್ಧ ಶಂಕರ ಬಸವಾದಿ ಪುಣ್ಯ ಪುರುಷನು
ನಾನೇ ಎಲ್ಲ ಕಲೆ ಕಾವ್ಯವು
ನಾನೇ ಸನ್ಮತ ನಾನೇ ಭಾರತ.

22. ನಿರಾಸೆ... ಏತಕ್ಕೆ ಗಿಣಿಯೇ?

ನಿರಾಸೆ... ಏತಕ್ಕೆ ಗಿಣಿಯೇ?

ಸುತ್ತ ಕೆಸರಿದ್ದರು

ಕಮಲವು ಅರಳದೇ?,

ಗುಡುಗು ಸಿಡಿಲಿಗೆ ಭಯವೇಕೆ

ತಂಪೆರೆಯಲು ಮಳೆರಾಯ ಬಾರನೇ?.

ರುದ್ರನಂತೆ ಭೋರ್ಗರೆದರು ಶರಧಿ

ಒಡಲೊಳಗೆ ರತ್ನಾಕರನು,

ಧಗ ಧಗನೇ ಹೊತ್ತಿ ಉರಿದರು ರವಿಯು,

ಜೀವಿಗಳ ಜೀವ ರೂಪನು,

ಕ್ರೂರಿ ಎನಿಸಿದರು ಕಾಲನು

ಲೋಕದ ತಕ್ಕಡಿಯ ಸಮನಾಗಿ ತೂಗುವನು

ಸ್ವಲ್ಪ ತಾಳು ಗಿಣಿಯೇ

ಖಾಲಿ ಪರೆದೆ ಮೇಲೂ

ಬೆಳಕಿನ ರಂಗು ಮೂಡುವುದು

23. ಲೋಕದ ಕಡಲು

ಲೋಕದ ಕಡಲೊಳಗೆ

ಅದೆಷ್ಟು ಅಲೆಗಳು ಹುಟ್ಟಿ ಸತ್ತಿವೆಯೊ,

ಕೆಲವು ನಮ್ಮವರು

ಕೆಲವು ಬೇರೆಯವರು

ಕೆಲವು ನಮಗಾಗುವವರು

ಕೆಲವು ನಮಗಾಗದವರು

ಯಾರಿದ್ದರು ಭೇದಗಳೇನಿದ್ದರು,

ತೇಲಬೇಕು ಒಂದೇ ಕಡಲೊಳಗೆ

ಕರಗಬೇಕು ಒಂದೇ ಗಮ್ಯದೊಳಗೆ

ಕೆಲವು ಅಲೆಗಳು ದಾಟುವವು ಅಡೆತಡೆಗಳ

ಮುಟ್ಟಿ ಕರಗುವವು ತೀರದಲಿ,

ಕೆಲವು ಅಲೆಗಳದು ಅಸಹಾಯಕ ಗಮನ

ಸೋಲುವವು ದಡ ಮುಟ್ಟದೆ ಮಧ್ಯದಲಿ,

ಇಲ್ಲಿ ಯಾರ ಕೈ ಹಿಡಿದು

ಯಾರು ನಡೆಸಲಾರರು,

ಪಯಣದಲಿ ಗೆಲಿಸರಾರರು,

ಏಕಾಂಗಿ ಹೋರಾಟ,

ತೀರ ಸೇರಿದರು, ಸೇರದಯೆ ಸೋತರು.

ನೀ ನಡೆ ನಿನ್ನ ದಾರಿ,

ತೀರ ಮುಟ್ಟಿದವರ ಸ್ಮರಿಸುತ್ತ

ಸೋತವರಿಗಾಗಿ ಬೇಡುತ್ತ

ನಡೆಯುತಿರು, ಕಡಲ ತೀರವ ತೊಳೆದು ಕರಗಿ ಬಿಡು,

ಹಿಂದಿರುವ ಅಲೆಗು ಜಾಗ ಕೊಡು.

24. ಕಾಂಚಾಣ

ಕುಂಟನ್ನ ಓಡ್ಸುತ್ತೊ,

ಕಿವುಡಂಗೆ ಕೇಳ್ಸುತ್ತೊ,

ಕುರುಡಂಗೆ ಕಾಣ್ಸುತ್ತೊ ಕಾಂಚಾಣ.

ಅವ್ನನ್ನೇ ಮರೆಸುತ್ತೆ

ನನ್ನನ್ನೆ ಮೆರೆಸುತ್ತೆ

ಮನುಷ್ಯನ್ನೆ ಮೀರ್ಸುತ್ತೋ ಕಾಂಚಾಣ

ಸತ್ಯಾನ ಸಾಯ್ಸುತ್ತೆ

ಸುಳ್ಳನ್ನ ಬೆಳ್ಸುತ್ತೆ

ಧರ್ಮಾನ್ನೇ ದೂರುತ್ತೋ ಕಾಂಚಾಣ

ಬಡ್ವಾನ ಆಸೇಲಿ

ಶ್ರೀಮಂತನ್ ಕೋಣೇಲಿ

ಕಳ್ ಸನ್ಯಾಸಿ ಕಾವೀಲಿ ಕಾಣೋದು ಕಾಂಚಾಣ

25. ಮೃತ್ಯು ಸೋದರ

ನೀ ನನ್ನ ಬೆನ್ನ ಹಿಂದೆ ಹುಟ್ಟಿದವನು,
ಓ ಮೃತ್ಯು ಸೋದರ, ನಾ ಹುಟ್ಟಿದಂದೆ ನೀನು ಹುಟ್ಟಿದ್ದೆ,
ಒಂದೇ ಗರ್ಭದಲ್ಲಿ ಅವಳಿಗಳಂತೆ,
ನೀ ಹುಟ್ಟು ಕುರುಡ, ನಾನೋ ಭವರಾಗನಿವಾಸಿ,

ಅಳುತ್ತಲೆ ಬಂದವನು ನಾನು
ನೀನು ಅಂದಿನಿಂದ ಸ್ಥಿತ ಪ್ರಜ್ಞಾ.
ನನ್ನ ಹಿಂದೆ ಬರುತಿದ್ದೆ ನನ್ನ ಕೈಹಿಡಿದು,
ಒಟ್ಟಿಗೆ ಬೆಳೆದೆವು ಒಟ್ಟಿಗೆ ಕಲಿತೆವು,

ಬೆಳೆಬೆಳೆಯುತ್ತ ನನಗೆ ಲೋಕದ
ಜಾತಿ ಧರ್ಮಗಳು ಮೇಲು ಕೀಳುಗಳು,
ಅರ್ಥ ವ್ಯಾಮೋಹಗಳು,ಕೀರ್ತಿಕಾಮನೆಗಳು,
ರಾಗ ದ್ವೇಷಗಳು ಎಲ್ಲವು ಕಾಣಿಸಿದವು,
ನಿನಗೆಲ್ಲ ಕಾಣದು ನೀನು ಕಣ್ಣಿಲ್ಲದವ.

ಹುಟ್ಟಿದಂದಿನಿಂದ ನೀನೊಂದು
ಹಸುಳೆಯಂತೆ ಬೆಳೆದವ,
ಎಲ್ಲರನು ಶಿಶು ದೃಷ್ಟಿಯಿಂದ ಕಂಡವ
ಭೇದವೆಣಿಸದೆ

ಲೋಕ ರೂಢಿಗಳ ಹಿಂದೆ ಓಡುವ ಮನಸ್ಸು,
ಎಲ್ಲವನ್ನು ಕಾಲಡಿಗೆ ಹಿಡಿದಿಡುವ ಕನಸು,
ಕರಗದ ಕಲ್ಲಮೇಲೆ ನನ್ನೆಸರು ಬರೆಸೋ
ಹುಮ್ಮಸ್ಸು,

ನಿನ್ನದೆ ಬೇರೆ ದಾರಿ,ಯಾವ ಬಂಧಗಳಿಗು ಅಂಟದವನು,
ನಿನ್ನ ಕೆಲಸವಷ್ಟೆ ನಿನಗೆ,
ಪ್ರಾಪಂಚಿಗ ಲೋಭ ಲಾಭಗಳು ಅಷ್ಟಕ್ಕಷ್ಟೆ
ಓಡಿ ಓಡಿ ನಿಶ್ಶಕ್ತನಾಗಿ ನಿಂತೆ,
ಇನ್ನಾಗದು ಓಡಲು,

ನಿಂತಾಗಲೆ ಅರಿವಾದದ್ದು, ಬರಿ ಅಗುಳಷ್ಟೆ
ನಾ ಗಳಿಸಿದ್ದು,
ಎಲ್ಲವು ಎನ್ನುವುದು ಬಿಸಿಲ್ಗುದುರೆ
ಹಿಡಿಯಲು ಆಯುಷ್ಯವಿಲ್ಲ
ಜೋಳಿಗೆ ಕೈ ಹಾಕಿದರೆ

ಏನಿಲ್ಲ ಕೊಂಡೊಯ್ಯಲು, ಎಲ್ಲ ಖಾಲಿ.

ಹಿಂದಿರುಗಿ ನೋಡಿದರೆ ಮತ್ತೆ ಯಾರಿಲ್ಲ,

ಹೆತ್ತವರು, ಹಂಚಿಕೊಂಡವರು,

ಜೊತೆಗಿದ್ದವರು, ಬರುತ್ತೇನಂದವರು ಯಾರಿಲ್ಲ,

ನೀನೊಬ್ಬನಿದ್ದೆ ನನ್ನ ಬೆನ್ನಿಡಿದು,

ಓಡುವ ಅವಸರದಲ್ಲಿ ನಿನ್ನ ಗಮನಿಸಲೆ ಇಲ್ಲ

ಸೋದರ, ನೀನಿರುವೆ ಎಂಬ ಅರಿವಿಲ್ಲದೆ ಹೋಗಿ ಬಿಟ್ಟೆ ಕ್ಷಮಿಸು,

ಇನ್ನು ಆ ತಪ್ಪಾಗದು, ಇನ್ನೆಲ್ಲ

ನಿನ್ನ ಜೊತೆಕಳೆವೆ,ನಿನ್ನಲ್ಲೆ ನಾ ಉಳಿವೆ

ನೀನಿದ್ದಲ್ಲೆ ನಾನಿರವೆ, ನಿನ್ನಂತಯೆ ಆಗಿರುವೆ,

ನಿನ್ನಾಸರೆ ನನಗಿರಲಿ ಓ! ಸೋದರ

ಅದರಲ್ಲು ನನಗೊಂದು ಸ್ವಾರ್ಥವಿದೆ

ನನ್ನೆಸರಿಗೆ ಮುಪ್ಪಿದೆ, ಸಾವಿದೆ,

ನೀನು ನಿನ್ನೆಸರು ಮುಪ್ಪಿಲ್ಲದವು,

ವಿಶ್ವದಲ್ಲಿ ಮೃತ್ಯು,ನೀನೊಬ್ಬನೆ ಚಿರಂಜೀವಿ.

ನೀ ನನ್ನ ಬೆನ್ನ ಹಿಂದೆ ಹುಟ್ಟಿದವನು,

ಓ ಮೃತ್ಯು ಸೋದರ, ನಾ ಹುಟ್ಟಿದಂದೆ ನೀನು ಹುಟ್ಟಿದ್ದೆ

26. ಏನ ಮಾಡಿದನೋ ಹನುಮ

ಏನ ಮಾಡಿದನೋ ಹನುಮ
ನಿಮ್ಮನೇನ ಮಾಡಿದನೋ?

ಏನಂದನೋ ನಮ್ಮ ಹನುಮ
ನಿಮ್ಮಗಳನು ಏನಂದನೋ?

ರಾಮನೋದರು ಕುದಿಯಲಿಲ್ಲ
ನಮ್ಮ ಹನುಮ ರಾಮ ತಿರುಗಿ
ಬಂದರು ಕುಣಿಯಲಿಲ್ಲ.

ಶಿವನು ನೊಂದರು ಕೇಳಲಿಲ್ಲ
ನಮ್ಮ ಹನುಮ ಮಥುರೆಯ ಕೃಷ್ಣ
ಬಿದ್ದರು ಬಾರಲೊಲ್ಲ,
ಏನ ಮಾಡಿದನೋ ಹನುಮ
ನಿಮ್ಮನ್ನೇನ ಮಾಡಿದನೋ?

ಕೈಲಾಸ ಕೆಂಪಾದರು ನೋಡಲಿಲ್ಲ
ನಮ್ಮ ಹನುಮ ವಿಧಾತ್ರಿ
ಬೇರೆ ಹೋದರು ಕರೆಯಲಿಲ್ಲ,
ಶಿರವ ಮುಟ್ಟಲು ಕರಗಲಿಲ್ಲ
ನಮ್ಮ ಹನುಮ ಭರತಜರ
ಸಾವಿನಲ್ಲು ಮರುಗಲಿಲ್ಲ
ಏನ ಮಾಡಿದನೋ ಹನುಮ
ನಿಮ್ಮನ್ನೇನ ಮಾಡಿದನೋ?

ಸೀತೆಯ ಹೋಯ್ದರು
ಸುಮ್ಮನಿದ್ದ ನಮ್ಮ ಹನುಮ
ಅಯೋಧ್ಯ ಸುಟ್ಟರು ಮಲಗೆ ಇದ್ದ,
ಅರಿಯ ಕಂಡು ಮೌನವಿದ್ದ
ನಮ್ಮ ಹನುಮ ಗುಡಿಯ
ಒಳಗೆ ಕುಳಿತೆ ಇದ್ದ.

ಏನ ಮಾಡಿದನೋ ಹನುಮ
ನಿಮ್ಮನ್ನೇನ ಮಾಡಿದನೋ?

27. ಮಾಯ ಪ್ರಪಂಚ

ಇಲ್ಲಿ ಯಾವ ಗೌಪ್ಯತೆಗು ಜಾಗವಿಲ್ಲ
ಕ್ಷಣ ಮಾತ್ರದಲ್ಲೆ ಜಗಜ್ಜಾಹೀರು ಎಲ್ಲ
ಒಟ್ಟು ಮಾಡಿದಷ್ಟೆ ವೇಗವಾಗಿ
ಬೇರೆಮಾಡುವುದು
ಸಿಹಿ ಹಂಚಿದಷ್ಟೆ ವೇಗವಾಗಿ
ವಿಷಕಾರುವುದು
ಅವಮಾನ ಸಮ್ಮಾನಗಳಿಗಿಲ್ಲಿ ಬೆಲೆಯಿಲ್ಲ
ನಿಜ ಸಂಬಂಧಗಳು ಇಲ್ಲಿ
ಕಳೆದು ಹೋದ ಮಾತು
ಈ ಮಾಯ ಪ್ರಪಂಚದಲ್ಲಿ
ಭಾವನೆಗಳು ಬರಿಯ ವಿದ್ಯುತ್ ತರಂಗಗಳಷ್ಟೆ
ಬಂಧನಗಳು ಬರಿಯ ಸಂಖ್ಯೆಗಳ
ದೊಡ್ಡತನದಲ್ಲಷ್ಟೆ
ತಾಯಿ ಪ್ರೇಮವು ಇಲ್ಲಿ
ಬರಿಯ ಬಣ್ಣದ ಸುಭಾಷಿತ
ತಂದೆಯ ತ್ಯಾಗವು ಒಂದು ದಿನಕೆ ಸೀಮಿತ
ಸಂಗಾತಿಯು ಇಲ್ಲಿ ಪರದೆ ಮೇಲಿನ ಅಮಲು
ಅಪ್ಪುಗೆಗಳು ಕಣ್ಣ ನೋಟಗಳು ಆ ಸ್ಪರ್ಶವೆಲ್ಲ
ಹಳೆಯ ಹಳಸಲು.

28. ಜೋಡು

ಅದೆಷ್ಟು ಮುಳ್ಳುಗಳು ಚುಚ್ಚಿರಬಹುದೊ ಎದೆಯಲ್ಲಿ
ಎಷ್ಟು ಹೂವುಗಳು ಪ್ರಾಣ ಬಿಟ್ಟಿರಬಹುದೊ ಎದುರಲ್ಲಿ
ಕಲ್ಲು ಮುಳ್ಳುಗಳು ದಾರಿಯಲ್ಲಿದ್ದರು
ಬಾಯಿಮುಚ್ಚಿ ನೋವ ಸಹಿಸಿದೆ.

ಯಜಮಾನ ಎಳೆದೊಯ್ದ ಕಡೆಗೆಲ್ಲ ದಾರಿ ಸವೆಸಿದೆ.
ಎಲ್ಲೊ ಮೂಲೆಯಲ್ಲಿ ಮಲಗಿ
ಧೂಳು ಕೊಳೆಯಲ್ಲು ನೋಡುವರಿಲ್ಲ ಮರುಗಿ,
ನಡೆವಾಗ ಅಷ್ಟೆ ನೋಡುವರು ತಿರುಗಿ,
ಆದರು ಅವಮಾನದಲ್ಲು ಒಂದಿನವು
ವಿಧಿಯ ಬೈಯಲಿಲ್ಲ,
ನಿನ್ನೊಡಯನ ನಿಷ್ಠೆಯಿಂದ ಸಲಹಿದೆಯಲ್ಲ.

ತರುವಾಗಿನ ಪ್ರೀತಿ ಹೊಸದಾಗಿ ಇರುವವರೆಗೆ
ಕಚ್ಚಿದರು ಚುಚ್ಚಿದರು ಕ್ಷಮೆಯುಂಟು
ಹೋದ ಕಡೆಯಲ್ಲೆಲ್ಲ ಹೋಗುವ ಭಾಗ್ಯ
ನೆಟ್ಟಗಿರುವವರೆಗೆ ನಿನಗೆ ಬೆಲೆಯುಂಟು

ತಿರುಗಿ ತಿರುಗಿ ಸವೆದು ತುಂಡಾದ ಮೇಲೆ
ಮನೆಯ ಮೂಲೆಯಲ್ಲು ಸ್ಥಳವಿಲ್ಲ.

ನೀ ನಡೆದು ಮಾತನಾಡಿಸಿದ ದಾರಿಗಳಿಗು
ನೀನು ನೆನಪಿಲ್ಲ,
ಕೊಳೆತು ಕರಗುವವರೆಗು ಮಣ್ಣ ಒಳಗೆ,
ಇಷ್ಟವಿರದ ಉಸಿರಾಟ.
ಮನೆಯ ಪಡಸಾಲೆಯಲಿ ಹೊಸಬನ ಓಡಾಟ
ಬಂದದ್ದು ಮುಗಿದ ಮೇಲೆ ಇದ್ದು ಉಪಯೋಗವೇನು,
ಹಳೆದು ಅಳಿದು ಹೊಸದು ಹುಟ್ಟುವುದು
ಸೃಷ್ಟಿಯ ಕಾನೂನು,
ಉಪಕಾರಿ ಜೋಡು ನೀನು ನಿರಹಂಕಾರಿ ಜೋಡು
ಹೋಗುವಾಗ ಜೀವನ ಪಾಠ ಹೇಳಿ ಹೊರಡು.

29. ಹಾರು ಹಕ್ಕಿಯೆ ಹಾರು

ಹಾರು ಹಕ್ಕಿಯೆ ಹಾರು
ಇನ್ನು ಎತ್ತರೆತ್ತರಕೆ,

ಮಿತಿ ಇರದ ಬಾನು
ನೋಡಿದಷ್ಟು ಭೂಮಿ,
ಯಾರಿಲ್ಲ ತಡೆಯಲು
ಹಾರು ಎತ್ತರಕೆ,
ಬೇಡ ಯಾವ ಹೆದರಿಕೆ.

ಮೇಘಗಳ ಮೇಲೆ ಏರು,
ಸಪ್ತ ಸಾಗರಗಳ ದಾಟಿ ಹಾರು,
ಹಿರಿಯ ಹಿಮಾಲಯವ ಮೀರು
ಹಾರು ಹಕ್ಕಿಯೆ ಹಾರು ಎತ್ತರೆತ್ತರಕೆ.

ಎದುರು ಗಾಳಿ ಇರಲಿ,
ಮೇಲೆ ರವಿಯು ಸುಡಲಿ,
ಗಮ್ಯ ದೂರವಿರಲಿ,

ರೆಕ್ಕೆ ಸೋಲದಿರಲಿ,

ಹಾರು ಹಕ್ಕಿಯೆ ಹಾರು ಎತ್ತರೆತ್ತರಕೆ.

ಹಗಲು ಇರುಳ ಲೆಕ್ಕ ಬೇಡ

ಪತನದ ಭಯವು ಬೇಡ

ಮೇಲೆ ತಲೆಯೆತ್ತಿ ನೋಡ

ತಾರೆಯರ ಸನಿಹ ಬೇಡವೆನಬೇಡ

ಹಾರು ಹಕ್ಕಿಯೆ ಹಾರು ಎತ್ತರೆತ್ತರಕೆ.

ತಾರೆಗಳು ಸಿಗದಿದ್ದರೆ ಏನಾಯ್ತು?

ನೀ ಕುಸಿಯದಿರು,

ಬೆಳಕು ಹರಿಯುವವರೆಗು ಕಾಯುತಿರು,

ಎತ್ತರದಿಂದ ಕಾಣುವ ಭುವಿಯ ಪರಮಾದ್ಭುತ

ಸೌಂದರ್ಯದಲಿ ಸೆರಯಾಗಬಹುದು,

ರಮ್ಯ ರಸದೌತಣ ಉಂಡು ಸುಖಿಯಾಗಬಹುದು,

ಮುಳುಗೇಳಬಹುದು ಸುಂದರ ದೃಶ್ಯದ ಕಡಲೊಳಗೆ,

ಹಾರು ಹಕ್ಕಿಯೆ ಹಾರು ಎತ್ತರೆತ್ತರಕೆ,

ನನ್ನೆಲ್ಲ ಕನಸುಗಳ ಕಾಣಬೇಕು

ನಿನ್ನ ಕಣ್ಣೊಳಗೆ.

30. ತುಂಗಾಭದ್ರ ಮಾತೆ

ಬಯಲು ಸೀಮೆಯ ಭಾಗ್ಯದಾತೆ
ಬರಡು ಭೂಮಿಗೆ ಅಮೃತದಾತೆ
ತುಂಗಾಭದ್ರ ಮಾತೆ,

ವರಾಹಗಿರಿಯ ನೆತ್ತಿಯಲ್ಲಿ
ಗಂಗಾಮೂಲದ ಗರ್ಭದಲ್ಲಿ
ಮೂರು ಮಕ್ಕಳ ತೊಟ್ಟಿಲು
ತುಂಗೆ,ಭದ್ರೆ, ನೇತ್ರಾವತಿ
ಪಾವನ ಪುಣ್ಯದೊಡಲು,

ನೇತ್ರಾವತಿ ಪಡುಗಡೆಗೆ
ತುಂಗ,ಭದ್ರೆ ಮೂಡಣಕ್ಕೆ.
ಬಳಸುತ್ತ ಬಳುಕುತ್ತ,
ಪಶ್ಚಿಮ ಘಟ್ಟಗಳಳಿಳಿದೊಡನೆ,
ತುಂಗೆಯು ಶಾರದೆಯ ತಾ ಸ್ತುತಿಸಿ,
ವೀರಶೈವಾಚರ್ಯಗೆ ಭದ್ರೆಯು
ತಾ ನಮಿಸಿ,

ಘಟ್ಟವಿಳಿದು ಕೂಡಲಿಯಲಿ,
ಬೆರೆತು ಹಿರಿನದಿಯಾಗಿ.
ಹರಿಹರದ ಹರೀಶ್ವರನಲಿ,
ಮೈಮರೆತು ಭಕ್ತೆಯಾಗಿ.
ಪಂಪಾ ಪಟ್ಟಣದ ಪಂಪಾಪತಿಯ,
ಬಳಸಿ ಮುದ್ದು ಪಂಪೆಯಾಗಿ.

ಮಂಚಾಲೆಯಲಿ ಗುರುರಾಯರ,
ಪಾದ ಪಾವನಮಾಡಿ.
ವರದಾ,ವೇದಾವತಿಯರಿಗೆ,
ತನ್ನೆದೆಯಲ್ಲಿ ಜಾಗವ ನೀಡಿ.
ಆಲಂಪುರ ಸಂಗಮೇಶನ
ಮುಡಿಯಡಿಲಿ ಕರಗಿ ಕೃಷ್ಣೆಯಾದೆ.

ನಡೆದಾಡಿದ ದಾರಿಯೆಲ್ಲ
ಒಕ್ಕಲು,ಯಂತ್ರಗಳ ಪೋಷಿಸಿ
ಹರಿದಾಡಿದ ಕಡೆಯಲೆಲ್ಲ
ಖಗ ಮೃಗಗಳ ಪ್ರೀತಿಸಿ.
ಮಾನವ ಪ್ರಾಣಿಯ
ದುರಾಸೆಗಳ ನೀ ಸಹಿಸಿ

ನಗು ನಗುತಾ ಪೂರ್ವ
ಸಾಗರದಲಿ ಐಕ್ಯಳಾದೆ.

ಬಯಲು ಸೀಮೆಯ ಭಾಗ್ಯದಾತೆ
ಬರಡು ಭೂಮಿಗೆ ಅಮೃತದಾತೆ
ತುಂಗಾಭದ್ರ ಮಾತೆ.

31. ನಿನೇಗೆ ಬೇರೆ?

ತೇಯದೆ ಇದ್ದರೆ ಗಂಧ
ದೇವರಿಗೆ ತಿಲಕವಾಗದಲ್ಲ.

ಬೇಯದೆ ಇದ್ದರೆ ಇಲ್ಲಿ
ಯಾರು ದೊಡ್ಡವರಾಗೋದಿಲ್ಲ.

ಮೈಯ ಮೇಲಿನ ಚಿನ್ನ
ಸುಮ್ಮನೆ ಬರಲಿಲ್ಲ,
ಬೆಂಕೀಲಿ ಬಿದ್ದ ಮೇಲೆ
ಆಭರಣವಾಯಿತಲ್ಲ.

ಮುಳ್ಳಿನೊಂದಿಗೆ ಬದುಕು
ಗುಲಾಬಿಗೆ ಅನಿವಾರ್ಯ,
ಆದರು ಕ್ಷಣ ಅಳದೋ
ನೀ ನೋಡೊ ಮಹನೀಯ.

ಆ ಸುರರಾದರು ಹೊರಬೇಕು
ಕಷ್ಟಗಳ ಹೊರೆಯ
ಲಕ್ಷಕೋಟಿ ಜೀವಿಗಳಲಿ
ನಿನೇಗೆ ಬೇರೆಯೋ ಗೆಳೆಯ?

32. ಮಸಣದ ಮಾತು

ಸುಮ್ಮನೆ ಏಕೆ ಕೂಗುವೆ
ಮಸಣದಲ್ಲಿ ನಿಂತು,

ಎಲ್ಲರು ಮಲಗಿಹರಿಲ್ಲಿ
ಚಿರನಿದ್ರೆಯಲಿ
ಕಾಲನಿಗೆ ಸೋತು.

ನಿನ್ನ ನೋವುಗಳ ಕೇಳುವ
ಚೈತನ್ಯವಿಲ್ಲ ಇಲ್ಲಿ ಯಾರಿಗು,
ಊರ ಒಳಗುಂಟು ಕಿವಿ ಕೇಳುವ
ಮಂದಿಬಹಳಷ್ಟು.
ಹೋಗಿ ಕೂಗು, ಕೇಳಿಸಬಹುದು
ಅವರಿಗೆ ಅಷ್ಟಿಷ್ಟು.

ಮನಸಿದ್ದವರು
ಕಣ್ಣೀರು ಒರಸಬಹುದು,
ಆಲಂಗಿಸಿ

ಎದೆಯ ಹಗುರಾಗಿಸಬಹುದು,
ಎಲ್ಲವನು ಬಿಟ್ಟು ಸೋತು ಬಂದವರು ಇಲ್ಲಿ
ಅವರ ನೋವುಗಳ ಮಣ್ಣೊಳಗೆ
ಕೇಳದೆ ಕ್ಷೀಣವಾಗಿದೆ,
ನಿನ್ನ ಧ್ವನಿಗೆ ಧ್ವನಿಯಾಗುವವರು ಯಾರು?

ನಿನ್ನ ಧ್ವನಿ ಪೆಟ್ಟಿಗೆಯು ಸೊರಗುತ್ತಿದೆ,
ಹೋಗು ಬೇಗನೆ ಇಲ್ಲಿಂದ
ನಮ್ಮ ಪಾಡಿಗೆ ನಮ್ಮನು ಬಿಟ್ಟು,
ನಿನಗೇನು, ನಡೆದರೆ ನೂರು ಊರುಂಟು
ನಡೆಯುತ್ತಿರು ಓಡುತ್ತಿರು ಸೋಲುವ ತನಕ,
ಸೋತೊಡನೆ ಬಂದು ಬಿಡು ಇಲ್ಲಿಯೆ
ಸುಖವಾಗಿ ಮಲಗಬಹುದು ನಮ್ಮಲ್ಲಿಯೆ,
ಅಲ್ಲಿಯವರೆಗೆ ನಮಗಿರಲಿ ಈ ಮೌನ ಬಿಡು
ಮಮತೆಯ ಮಣ್ಣ ಮಡಿಲಲ್ಲಿ
ನಿರ್ಲಿಪ್ತ ಬದುಕೊಂದಿರಲಿ ಬಿಡು"

33. ಅದ್ವೈತ ಶಿರೋಮಣಿ

ಅದ್ವೈತ ಶಿರೋಮಣಿ, ಬ್ರಹ್ಮಸೂತ್ರ
ಗೀತ ವೇದಾಂತ ಭಾಷ್ಯಾಗ್ರಣಿ,
ಕಿಶೋರ ಸನ್ಯಾಸಿ,
ಶಾರದ ಹೃದಯ ನಿವಾಸಿ,
ಆದಿ ಗುರು ಶಂಕರಗೆ ಪಾದಾಭಿವಂದನಂ.

ಪೂರ್ವದ ಪುರಿಯಲ್ಲಿ
ಋಗ್ವೇದ ಗೋವರ್ಧನ ಪೀಠ,
ದಕ್ಷಿಣದಲಿ ಯಜುರ್ವೇದ ಶಾರದ ಪೀಠ,
ಸಾಮವೇದಕ್ಕೆ ದ್ವಾರಕೆಯು ಪಶ್ಚಿಮದಲ್ಲಿ,
ಬದರಿಕಾಶ್ರಮ ಅಥರ್ವಣವೇದಕ್ಕೆ ಉತ್ತರದಲ್ಲಿ.

ನಾಲ್ಕು ವೇದಗಳಿಗು ನಾಲ್ಕು ದಿಕ್ಕಿಗೆ
ನಾಲ್ಕು ಮಠಗಳನು ನಿಲ್ಲಿಸಿ,
ತರ್ಕದಲೆ ಜಂಬೂದ್ವೀಪವನೆ ವಿಕ್ರಮಿಸಿ
ವೇದವೇದಾಂತಪುರಾಣಗಳ ಗೆದ್ದಲ ಗುಡಿಸಿ,
ಆತ್ಮ ಪರಮಾತ್ಮನನು ಒಂದೆಂದು ಸಾಧಿಸಿ,

ಸನಾತನ ಧರ್ಮವನು ಪುನರ್ ಸ್ಥಾಪಿಸಿದ,

ಶಿವಕೇಶವ ರೂಪಿ

ಆದಿ ಗುರು ಶಂಕರಗೆ ಪಾದಾಭಿವಂದನಂ.

34. ಶುಭ - ಅಶುಭ

ಯಾವುದು ಶುಭಗಳಿಗೆ ಯಾವುದು ಅಶುಭ?
ಒಂದೆಡೆ ತೊಟ್ಟಿಲು ತುಂಬಿದರೆ
ಮತ್ತೊಂದೆಡೆ ಚಿತೆ ಏರುವರು.

ಒಂದೆಡೆ ಆನಂದ ಸಾಗರ,
ಮತ್ತೊಂದೆಡೆ ಶೋಕದ ಆಗರ,

ಒಂದೆಡೆ ನಗುವವರು,
ಮತ್ತೊಂದೆಡೆ ಅಳುವವರು,

ಒಂದೆ ಗಳಿಗೆಯಲಿ,
ವೈರುದ್ಯಗಳು ಜಗದಲಿ.
ಒಂದೆಡೆ ಜನನ, ಮತ್ತೊಂದೆಡೆ ಮರಣ.
ಒಬ್ಬನಿಗೆ ಒಳಿತು ಮತ್ತೊಬ್ಬಗೆ ಕೆಡುಕು.

ಕಾಯುವುದ ಬಿಡು ಶುಭ ಕಾಲಕ್ಕೆ
ನಡೆಯುವುದೆಲ್ಲ ಜಗದಲ್ಲಿ ಒಳ್ಳೆಯದಕ್ಕೆ,

ರಾಹು ಗುಳಿಕ ಯಮಗಂಡಗಳೆಲ್ಲ
ಪಂಚಾಗದ ಸುಳ್ಳುಗಳು,
ಹುಟ್ಟು ಸಾವು ನೋವು ನಲಿವುಗಳೆಲ್ಲ
ಗಳಿಗೆಗೆ ಕಾಯದ ಸತ್ಯಗಳು"

35. ಪಡುವಣ ಚಿತ್ತಾರ

ಪಡುವಾಣ ದಿಕ್ಕಿನಾಗ
ರತ್ನಾದ ಕಾರಂಜಿ
ಎಲ್ಲೆಲ್ಲಿ ನೋಡಲ್ಲಿ ಚೆಲ್ಲೈತವ್ವ

ನಾರಿಯೂ ನಾಚಿದಾಗ
ಕೆನ್ನೆಯು ಕೆಂಪಾಗೆ
ಬಾನು ಕೆಂಪು ಕೆಂಪಾಯ್ತುವ್ವ
ಬಾನೆಲ್ಲ ರಂಗೇರಿ ಹಾಡ್ಯೆತವ್ವ.

ಯಾವೂರ ಜಾತ್ರೆನೂ ನಾ ಕಾಣೆ
ನನ್ನಾಣೆ
ಆದ್ರೂನು ಓಕುಳಿ ಅಡ್ಯಾರವ್ವ
ಬಾನೆಲ್ಲ ಮತ್ತೇರಿ ಕುಣಿದ್ಯೆತವ್ವ.

ಬಾನೆಂಬ ದಾರೀಲಿ
ರಾಜನು ಬರುವಂಗೆ
ಎಲ್ಲೆಲ್ಲೂ ರಂಗೋಲಿ

ಬಿಡಿಸ್ಯಾರವ್ವ

ಬಾನೆಲ್ಲ ಕೆಂಪೇರಿ ನಲಿದೈತವ್ವ

ಪಡುವಾಣ ದಿಕ್ಕಿನಾಗ

ರತ್ನಾದ ಕಾರಂಜಿ

ಎಲ್ಲೆಲ್ಲಿ ನೋಡಲ್ಲಿ ಚೆಲ್ಲೈತವ್ವ

36. ಸಾರ್ವಕಾಲಿಕ ಸತ್ಯ

ತುಂಬ ಕೆಟ್ಟದ್ದೊ ರೈತ
ಕಾಂಗ್ರೇಸು ಗಿಡ ಹೊಲಕೆ,
ಬರಲು ಬಿಡದಿರು ಅದನ
ಹೊಲದ ಒಳಿಕೆ,

ಒಂದು ಇದ್ದರೆ ಸಾಕು
ಹೊಲವೆಲ್ಲ ಹಬ್ಬುವುದು,
ಮಣ್ಣ ಗರ್ಭವ ಕೊಂದು
ಬಂಜೆಯ ಮಾಡುವುದು,

ಬೆಳೆಯ ಜೊತೆಗೆ ಇದ್ದರೆ
ಬೆಳೆಯಲು ಬಿಡದೊ,
ಎಲ್ಲ ಗೊಬ್ಬರವ ಇದು
ತಿಂದು ತೇಗುವುದೊ,
ಬೇರು ಇರದಂತೆ ತೆಗೆಯೊ
ಕಾಂಗ್ರೇಸು ಗಿಡದ ಕಳೆಯ,

ಬಿತ್ತಿ ಬೆಳೆಯೊ ರೈತ
ನೀನು ಚಿನ್ನದ ಬೆಳೆಯ,

ತುಂಬ ಕೆಟ್ಟದ್ದೊ ರೈತ
ಕಾಂಗ್ರೇಸು ಗಿಡ ಹೊಲಕೆ,
ಬರಲು ಬಿಡದಿರು ಅದನ
ಹೊಲದ ಒಳಿಕೆ,

37. ನಮಿಸಲೇನೆ ತಾಯಿ

ನಮಿಸಲೇನೆ ತಾಯಿ ಭುವನೇಶ್ವರಿ

ನಿನಗೊಮ್ಮೆ.

ವರನೀಡೆನೆಗೆ ಹುಟ್ಟಿ ಬರಲು

ಕರುನಾಡಲ್ಲೇ ಮತ್ತೊಮ್ಮೆ

ಸ್ವರ್ಗ ಎಂಬುದು ಮೇಲೇನಿಲ್ಲ

ಅದು ಇರುವುದು ಇಲ್ಲೇ ಸುಳ್ಳಲ್ಲ

ಅಮೃತವೆಂಬುದು ದೇವಲೋಕದಲ್ಲಿಲ್ಲ

ಕಾವೇರಿಗೆ ನೀರಿಗೆ ಬೇರೆ ಅಮೃತ ಸಮನಲ್ಲ

ಹುಟ್ಟಿದ ಮೇಲೆ ಸಾಯಲೇಬೇಕು ತಪ್ಪಿಸಲಾಗಲ್ಲ

ನಾ ನಿಂತರು ಇಲ್ಲೇ ಸತ್ತರು ಇಲ್ಲೇ

ಬೇರೆ ಜಾಗ ಬೇಕಿಲ್ಲ

ಕೃಷ್ಣೇ ಹರಿದಿಹಳು, ಸಹ್ಯಾದ್ರಿ ನಗುತಿಹಳು

ಬಾ ಕಂದ ಎಂದೆಮ್ಮ ಕರೆದಿಹಳು

ನುಡಿ ಕಲಿಸಿಹಳು, ನಡೆ ತಿದ್ದಿಹಳು

ಅನ್ನ ಕೊಟ್ಟು ನಮ್ಮ ಸಲಹಿಹಳು

ಕವಿಗಳಿಗೆ ಜನ್ಮ ನೀಡಿಹಳು

ಶಿಲ್ಪಗಳಿಗೆ ಜೀವ ತುಂಬಿಹಳು

ನಾಡು ನುಡಿಯ ಕಂಡು ಆ ತಾಯಿ

ಹೆಮ್ಮೆ ಪಡುತಲಿಹಳು.

38. ಎಚ್ಚರವಿರಲಿ ಏಕತೆಯ ಭಾವನೆಗಳು

ಉಸಿರಾಗಲಿ ನೆನಪುಗಳು

ಹಸಿರಾಗಲಿ ಕನಸುಗಳು

ಜೀವಂತವಿರಲಿ ನಿತ್ಯ ಸಂಬಂಧಗಳು

ಅಳಿಯದಿರಲಿ ಗುರುತುಗಳು,

ಮರೆಯದಿರಲಿ ಕ್ಷಣಗಳು

ಬಾಡದಿರಲು ಎಂದೆಂದೂ ಪ್ರೀತಿ ಹೂಗಳು

ಸಾಗುತಿರಲಿ ಬಂಡಿಗಳು

ಮುರಿಯದಿರಲಿ ಮನಸುಗಳು

ಸುಖ ಸಂತೋಷ ತುಂಬಲಿ ಎಲ್ಲರ ಬದುಕಿನೊಳು.

ಮರೆಯಾಗದಿರಲಿ ಯಾರಲ್ಲೂ ಮಾನವೀಯ

ಮೌಲ್ಯಗಳು

ದಾರಿ ದೀವಿಗೆಯಾಗಲಿ ಪ್ರೀತಿ ವಾತ್ಸಲ್ಯಗಳು

ಸುಟ್ಟು ಹೋಗಲಿ ಜಾತಿ ಧರ್ಮಗಳು,

ಕಾಣದಾಗಲಿ ಮಂದಿರ ಮಸೀದಿ ಚರ್ಚುಗಳು

ಎಚ್ಚರವಿರಲಿ ಪ್ರತಿ ಮನದಲ್ಲೂ ಏಕತೆಯ ಭಾವನೆಗಳು.

39. ಇನ್ನೆಷ್ಟು ದಿನ??

ಹೆಪ್ಪುಗಟ್ಟಿದ ಹಿಮದಡಿಯ
ಉರಿಯುವ ಕ್ರೌರ್ಯವನು
ಅವುಡುಗಚ್ಚಿ ಸಹಿಸುವುದು
ಇನ್ನೆಷ್ಟು ದಿನ??

ಒಳಬರುವ ರಾಕ್ಷಸರಿಗೆ
ಮನೆಬಾಗಿಲ ತೆರೆದಿರಿಸೊ
ಮನೆಹಾಳರ ಮನೆಕಾಯುವುದು
ಇನ್ನೆಷ್ಟು ದಿನ??

ಉಂಡಮನೆಗೆ ಎರಡುಬಗೆಯೊ
ಹಿಂದಿನಿಂದ ಎದೆಯಿರಿಯೊ
ನೀಚರ ತಲೆಯುರಳಲು
ಇನ್ನೆಷ್ಟು ದಿನ??

ನಮ್ಮ ಸೋದರರ ರಕ್ತದಲ್ಲಿ
ಶತೃವು ಮಿಂದೇಳುತಿರೆ

ಅಸ್ತ್ರ ಹಿಡಿಯಲು ಒಳ್ಳೆ
ಗ್ರಹಫಲಗಳ ನೋಡುತ್ತ ಕೂರಬೇಕು
ಇನ್ನೆಷ್ಟು ದಿನ??

ಸುಮ್ಮನಿದ್ದರೆ ಸಿಂಹವನು
ನರಿಗಳೆ ಕೊಲ್ಲುವವು
ಪಂಜ ಬೀಸಿ ಬಡಿದು
ಘರ್ಜಿಸಿ ಮೇಲೇಳಲು
ಬೇಕಿನ್ನೆಷ್ಟು ದಿನ??

ಸಿಡಿಯುವ ಸಿಡಿಲಿಗು ಎದೆಕೊಟ್ಟು
ನಿಲ್ಲುವ ಶೌರ್ಯ ಸಿಂಹಗಳಿರುವಾಗ
ಅರಿಯ ತಲೆಯ ತಗಿಯಲು
ಕಾಯಬೇಕು ಇನ್ನೆಷ್ಟು ದಿನ??

ಕರುಳಬಳ್ಳಿಗಳ ಕಳೆದುಕೊಂಡು
ರೋಧಿಸುವ ತಾಯಂದಿರ
ಒಂದೊಂದು ಕಣ್ಣನಿಗು
ಉತ್ತರಿಸಲು ಬೇಕಿನ್ನೆಷ್ಟು ದಿನ??

ಓ! ಆರ್ಯ ವೀರ,

ಕುಂದಿರುವ ರೋಷವನು

ತಣ್ಣಗಾಗಿಹ ರಕ್ತವನು

ಮರೆತಿರುವ ಕ್ಷಾತ್ರವನು

ಅರಿಯಲು ಬೇಕಿನ್ನೆಷ್ಟು ದಿನ??

40. ನಾಟಕ

ಜೀವನವೇ ಜಗನ್ನಾಥನ ನಾಟಕ,

ಅವನೇ ನಿರೂಪಕ ನಿರ್ದೇಶಕ.

ಇಲ್ಲಿ ಯಾರೂ ಇಲ್ಲ ನಾಯಕ,

ನೀನಿಲ್ಲಿ ಬರಿಯ ವಿದೂಷಕ,

ಅಳದೆ ಎಲ್ಲರ ನಗಿಸು

ನಗುತ ನಗಿಸುತ ನಿನ್ನಾಟ ಮುಗಿಸು.

ಬ್ರಹ್ಮಾಂಡ ನಾಟಕವಿದು ಕೇಳು

ಇಲ್ಲಿ ನಿನದೊಂದು ಪುಟ್ಟ ಪಾತ್ರ

ಸನ್ನಿವೇಶ ಸಂಭಾಷಣೆ ಅಚ್ಯುತನದು

ನಿನ್ನ ಕೆಲಸ ನಟಿಸುವುದು ಮಾತ್ರ

ಕರೆದಾಗ ಬರಬೇಕು ರಂಗಮಂಚಕೆ

ಪ್ರಾಣ ತುಂಬಿ ಹೋಗು ನಿನ್ನ ಪಾತ್ರಕೆ.

ಜೀವನವೇ ಜಗನ್ನಾಥನ ನಾಟಕ

ಅವನೇ ನಿರೂಪಕ ನಿರ್ದೇಶಕ

ಮೂರು ನಿಮಿಷ ಮಾತ್ರ

ನಿನ್ನ ಬೆಳಕಿನ ಆಟ
ಸಭಿಕರೆಲ್ಲರದು ಈಗ
ನಿನ್ನ ಮೇಲೆಯೆ ನೋಟ
ಪರದೆ ಹಿಂದಿನ ನೋವುಗಳ
ಕತ್ತಲೆಯ ಬದಿಗೆ ಸರಿಸು
ಆಟ ಮುಗಿದರು ನಿನ್ನ
ಮರೆಯದಂತೆ ನಟಿಸು
ಅಳದೆ ಎಲ್ಲರ ನಗಿಸು
ನಗುತ ನಗಿಸುತ ನಿನ್ನಾಟ ಮುಗಿಸು.

ಜೀವನವೇ ಜಗನ್ನಾಥನ ನಾಟಕ
ಅವನೇ ನಿರೂಪಕ ನಿರ್ದೇಶಕ.

41. ನಡೆದಾಡುವ ದೇವರು

ಅವತಾರ ಮುಗಿಸಿದ ಕಣ್ಣಿಗೆ ಕಂಡ
ನಡೆದಾಡುವ ದೇವರು,
ಸೇರಿದ ತನ್ನ ಶಿವ ಕೈಲಾಸದ ತವರು.

ಲಕ್ಷ ಲಕ್ಷ ಎದೆಯಲ್ಲಿ ಜ್ಞಾನದ ಹಣತೆ ಉರಿಸಿ,
ಲಕ್ಷ ಲಕ್ಷ ಒಡಲ ಜಠರಾಗ್ನಿಯ ತಣಿಸಿ,
ಬಸವನ ಕಲ್ಯಾಣವ ಸಿದ್ಧಗಂಗೆಗೆ ಇಳಿಸಿ,
ಅವತಾರ ಮುಗಿಸಿದ ಕಣ್ಣಿಗೆ ಕಂಡ
ನಡೆದಾಡುವ ದೇವರು,
ಸೇರಿದ ತನ್ನ ಶಿವ ಕೈಲಾಸದ ತವರು.

42. ಅಸುರ ವಿಸ್ಮಯ

ಮಾಳಿಗೆ ಇಲ್ಲದ ಮನೆಯ ಒಳಗೆ,
ದೇವರಿಲ್ಲದ ಕೋಣೆಯಲ್ಲಿ,
ಎಣ್ಣೆ ಇಲ್ಲದ ದೀಪವೊಂದು,
ಬೆಂಕಿ ಇರದೆ ಉರಿಯುತಿತ್ತು.

ಬೆಳಕೆ ಇರದ ಮಿಂಚು ಬಡಿದು,
ಮೇಘಗಳಿಲ್ಲದ ಬಾನಿನಲ್ಲಿ,
ನೀರೆ ಇರದ ಮಳೆಯು ಬಿದ್ದು,
ಧರೆಯನೆಲ್ಲ ಮುಳುಗಿಸುತಿತ್ತು.

ಪರಮಾತ್ಮ ಇಲ್ಲದ ಆತ್ಮವೊಂದು
ಉಸಿರೆ ಇಲ್ಲದ ದೇಹ ಸೇರಿ
ಗರ್ಭವಿಲ್ಲದೆ ಜನ್ಮತಾಳಿ
ಭುವಿಯ ಆಳದಿ ಬೆಳೆಯುತಿತ್ತು.

43. ಅವ್ನು ಇಟ್ಟಂಗೆ ಇರು

ಅವ್ನು ಕೊಟ್ಟಿದ್ನ ಇಸ್ಕೊಂಡು
ಹೇಳ್ದಂಗೆ ಕೇಳ್ಕಂಡು
ಇಟ್ಟಂಗೆ ಇದ್ಕಂಡು
ಇದ್ರೇನೆ ಮನ್ಸ ಬದುಕ.

ಆಸೆನ ಹಾರಕ್ ಬಿಟ್ಟು
ಮನ್ಸನ್ನ ಮೇಯಕ್ ಬಿಟ್ಟು
ಕಾಲಿ ಕೈಲಿ ಅಳ್ತ ಇದ್ರೆ
ಮನ್ಸ ತಿಳ್ಕ ಅದೆ ನರಕ.

ಬಂದವ್ರ ನೋಡಿದಿ
ಹೋದವ್ರ ನೋಡಿದಿ
ನಗೋರ್ನ ಅಳೋರ್ನ ನೋಡಿದಿ
ಬಂದು ಹೋಗ್ದೆಇರೋರ್ನ ಕಂಡಿದಿಯ?

ಬರ್ವಾಗ ಏನು ತರಂಗಿಲ್ಲ
ಹೋಗ್ವಾಗ ಏನು ಒಯ್ಯಂಗಿಲ್ಲ

ಅವ್ನ ಕಣ್ ತಪ್ಸಿ ಏನು ಮಾಡಂಗಿಲ್ಲ
ಇನ್ನೂ ಆಸೆನ್ ಯಾಕ್ ನಂಬಿದಿಯ?

ಅವ್ನು ಕೊಟ್ಟಿದ್ನ ಇಸ್ಕೊಂಡು
ಹೇಳ್ದಂಗೆ ಕೇಳ್ಕಂಡು
ಇಟ್ಟಂಗೆ ಇದ್ಕಂಡು
ಇದ್ರೇನೆ ಮನ್ಸ ಬದುಕ.

44. ವೀರಗಾಸೆ

ಹಳ್ಳಿಯ ಹುಡುಗರೆಲ್ಲ
ಚೆಂದಾದ ಗುಂಪು ಮಾಡಿ
ಇರುಳಾರೋ ತನಕ ಆಡ್ಯಾರೊ ವೀರಗಾಸೆ.

ಚೆಂದಾದ ಪೇಟ ತಲೆಗೆ, ಕೇಸಾರಿ ಬಟ್ಟೆ ಮೈಗೆ
ಕಟ್ಟಿ ಕಂಚೀನ ಕಡಗ ಕಾಲ್ಗೆ
ಶಿವಮುಖೆಯ ಕಟ್ಯಾರೊ ನಡುಗೆ.

ಹೊಳೆವ ಕತ್ತಿಯು ಕೈಗೆ, ಭದ್ರಾನ ಹಲಗೆ ಎದೆಗೆ,
ಕುಣಿಕುಣಿಯೋ ಕಡಕು ಕಿವಿಗೆ
ಒತ್ತಿ ವಿಭೂತಿ ಬಳಿದಾರೊ ಹಣೆಗೆ.

ಆರು ಮಾಹೇಶ್ವರರು ಬಂದು,
ಪಂಚ ವಾದ್ಯಗಳ ತಂದು,
ಕರಡೆ ತಾಳಕ್ಕೆ ಕುಣಿದು,
ಹಾಡ್ಯಾರೋ ವೀರಭದ್ರನೆ ಬಂಧು.

ಎಂಟು ಪುರಾಣದ ಗಂಟು,
ರುದ್ರ ಭದ್ರಾರ ನಂಟು,
ದಕ್ಷ ಗಂಡಾನ ಒಡಪು,
ವೀರಭದ್ರಾಗೆ ಮುಡಿಪು.

ಹೊನ್ನಾವಿಗೆ ಮೆಟ್ಟಿದೋನು,
ಸಾವೀರ ಶಿರದೋನು,
ಮೂರ್ಸಾವ್ರ ಕಣ್ಣೋನು,
ಶಿವಜಟೆಯಲ್ಲಿ ಇದ್ದೋನು
ಸತಿಯ ಜನಕಾಗೆ ಯಮನಾಗಿ ಬಂದೋನು.

ನಿಲ್ಲಾನೊ ಹರಿಯು ಎದುರು,
ದಕ್ಷಾನ ಶಿರವ ತರಿದು,
ಅಗ್ನಿಗೆ ಆಹುತಿಯ ಮಾಡ್ಯಾನೋ,
ರುದ್ರನೊ ವೀರಭದ್ರನೊ,

ಬೆಳಕರಿಯೊ ತನಕ ಕುಣಿದು,
ತಣಿದು ತಣಿದು ದಣಿದು
ಹೈದರ ಆಸೆಯು ಫಲಿತು,
ತರಣಿ ತೇರೇರಿ ಬರಲು
ಒಡಪೀಗೆ ಮಂಗಳವ ಹಾಡ್ಯಾರೋ ಕೈ ಮುಗಿದು.

ಹಳ್ಳಿಯ ಹುಡುಗರೆಲ್ಲ

ಚೆಂದಾದ ಗುಂಪು ಮಾಡಿ

ಇರುಳಾರೋ ತನಕ ಆಡ್ಯಾರೊ ವೀರಗಾಸೆ.

45. ದೀಪಾವಳಿ

ದೀಪವನು ಪಿಡಿದು

ಕತ್ತಲೆಯಿರುವೆಲ್ಲ ದೀಪಗಳ ಬೆಳಗಿಸುತ

ಕತ್ತಲೆಯ ಕಳೆಯೋಣ,

ಕೆಟ್ಟದರ ಸಂಗವನು ಕತ್ತರಿಸಿ

ಧರ್ಮದ ಬೆಳಕಲ್ಲಿ ಬದುಕುವುದ

ದೀಪಾವಳಿ ಎಂದು ಕರೆಯೋಣ

46. ಮಾಯ ಕುದುರಿ

ಏರಬ್ಯಾಡೊ ತಮ್ಮ
ಅದು ಮಾಯ ಕುದುರಿ,
ಮಾಯೆಯ ಹೊತ್ತರೆ
ಅದು ಸಾವ ಸವಾರಿ.

ಮೋಹಿನಿ ಮಾಯೆಗೆ ಸಿಕ್ಕರು,
ದಿತಿಯ ಮಕ್ಕಳು ಏನಾದರು?
ಕೈಗೆ ಸಿಕ್ಕ ಅಮೃತವ ಕಳಕೊಂಡು
ದಡ್ಡರಾದರೊ.

ಬಂಗಾರದ ಜಿಂಕೆಗೆ ಸೋತು
ಸೀತೆಯ ಕತೆ ಏನಾಯಿತು?
ಲಂಕೇಶ ಬಿದ್ದು
ರಾಮಾಯಣವೆ ನಡೆದೋಯಿತು.

ಮಣ್ಣ ಮಾಯೆಗೆ ಬಿದ್ದನು

ಸುಯೋಧನ ಏನಾದನು?

ನಡು ಮುರಿದು ನೋವಲ್ಲಿ ಜೀವ ಬಿಟ್ಟನು.

ಏರಬ್ಯಾಡೊ ತಮ್ಮ

ಅದು ಮಾಯ ಕುದುರಿ,

ಮಾಯೆಯ ಹೊತ್ತರೆ

ಅದು ಸಾವ ಸವಾರಿ

47. ಕಲ್ಲು ವೀಣೆ

ಕಲ್ಲು ವೀಣೆಯ ಮೀಟಿ ನೀನು
ಕೋಟಿ ದೇವರ ಬೇಡಿದರೇನು
ನಾದ ಹೊಮ್ಮುವುದೇ?

ಬೇಡದ್ದೆಲ್ಲ ಬಯಸಿ ಮನವು
ಗಂಗೆಯಲಿ ಮಿಂದ ಮಾತ್ರದಿ ತನುವು
ಕರ್ಮ ಕಳೆಯುವುದೇ??

ನೂರಾರು ಕೋಶ ಓದಿ
ದೇಶ ದೇಶಾನೇ ಸುತ್ತಿದರೇನು
ನಮ್ಮ ನಾವು ಅರಿಯದಿದ್ದರೆ
ಜ್ಞಾನವು ಒಲಿಯುವುದೇ?

ಸಾಯುವವರೆಗೂ ಮಂತ್ರಗಳ ಜಪಿಸಿ
ಜೀವನವೆಲ್ಲ ಪೂಜೆಗೆ ಸವೆಸಿ

ಚರಾಚರಗಳಲ್ಲೂ ದೇವರು ಕಾಣದಿರೆ

ಮುಕ್ತಿ ದೊರಕುವುದೇ?

ಎಲ್ಲರೊಳಗೊಂದಾಗು, ಜಗ ಪ್ರೀತಿಸೋ ಮಗನಾಗು

ದೈವ ಕಾಣದಿರುವನೇ?

48. ಮಳೆ

ಮಳೆ ಇಳಿದಿದೆ
ಧರೆ ತಣಿದಿದೆ
ರವಿ ಸರಿದನು ಮರೆಗೆ.

ತನು ನೆನೆದಿದೆ
ಮನ ಕುಣಿದಿದೆ
ಜಿಗಿದಿದೆ ಲೋಕದ ಹೊರಗೆ.

ಹೃದಯವ ಕಲಕಿ
ಹೇಳಿದೆ ಮಳೆ
ಬಾ ಮರೆವಿನ
ಪೊರೆಯಿಂದ ಹೊರಗೆ,

ಭಾವನೆಗಳ ಕಿಟಕಿ
ತೆರೆಯಿಸಿದವಳೆ
ಮಳೆ ಸೆಳೆಯಿತು
ಆ ನೆನಪಿನ ಕಡೆಗೆ

ಇಳೆಗೆ ಮಳೆ ಇಳಿದಿದೆ
ಮನದ ತೃಷೆ ತಣಿದಿದೆ
ಒಮ್ಮೆ ಕಣ್ಮುಚ್ಚಿ ಮರೆವಿನ
ಪೊರೆ ಸರಿಸಿದೆ ಮರೆಗೆ.

ನನ್ನ ಭಾವನೆಗಳ ಹುಡುಕಿಸಿದೆ
ಎನ್ನ ನೆನಪುಗಳ ಅರಳಿಸಿದೆ
ಹೊಸ ಬೆಸುಗೆಯ ಬೆಸೆಯಲು
ಮಳೆ ಈ ಕಾವ್ಯ ಬರೆಸಿದೆ.

49. ವಿದಾಯ

ಸೃಷ್ಟಿಯಲಿ ಮೊದಲು
ಹೇಳುವುದು ವಿದಾಯ.
ಹುಟ್ಟು ಪೂರ್ವ ಜನ್ಮದಲಿ
ಸಂಪಾದಿಸಿದ ಆದಾಯ.

ಗರ್ಭದಿಂದ ಹೊರಬಂದು
ಚಿಗುರಾಗಬೇಕು,
ಬೆಳೆದು ಗಿಡವಾಗಬೇಕು,
ಬೇರುಬಿಟ್ಟು ಮರವಾಗಬೇಕು.

ಅರಸಿಬಂದರೆ ಆಸರೆಯಾಗಿ,
ದಣಿದು ಬಂದರೆ ನೆರಳಾಗಿ,
ಹಸಿದು ಬಂದರೆ ಅನ್ನವಾಗಿ,
ಪುಣ್ಯವನು ಕೂಡಿಡು
ಮುಂದಿನ ಪ್ರಯಾಣಕ್ಕೆ
ಮಾಡಬೇಕು ಸಂದಾಯ,
ಜೋಳಿಗೆ ತುಂಬಿದ ಮೇಲೆ
ಹೊರಟು ಬಿಡು ಹೇಳಿ ವಿದಾಯ.

50. ಕಲೆ

ಏನ್ ಮೋಡಿ ಇಟ್ಟೆ ಶಿವ
ಈ ಕಲೆಯ ಒಳಗ.
ಪುಣ್ಯ ತುಂಬ್ಸಿ ಕಳ್ಸಿಯೇನು
ಪ್ರಾಣದ್ ಜೊತೆಗ?

ಕೇಳ್ತಿದ್ರೆ ಕರ್ಣಾನಂದ,
ನೋಡ್ತಿದ್ರೆ ನಯನಾನಂದ
ಕುಡ್ಕಂಬಿಟ್ರೆ ಅಮೃತಾನಂದ.
ಶಿವ! ಅನ್ಬವ್ಸಿದ್ರೆ ಅದು ಸ್ವರ್ಗಾನಂದ.

ವಾದ್ಯದ್ ಜೊತೆ ಹಾಡ್ತ ಇದ್ರೆ
ಕೈಲಾಸದ್ ಜಾತ್ರೆ ಕಂಡಂಗಾಯ್ತು.
ಕಾಲಿಗ್ ಕಟ್ಟಿದ್ ಗೆಜ್ಜೆ ಕುಣಿದು
ಶಿವ ನೀನೆ ಕುಣ್ದಂಗಾಯ್ತು.

ಕಷ್ಟ ನೋವು ಇದ್ದಾವೆಲ್ಲ
ಕಾಣದಂಗೆ ಮಾಯ್ವಾಗೋಯ್ತು.
ಶಿವ! ನಾನು ನೀನನ್ನ ದ್ವೈತ ಹೋಗಿ
ಅದ್ವೈತ ಆದಂಗಾಯ್ತು

51. ನೆನಪ ಬಾನುಲಿ

(ಚಿತ್ರದುರ್ಗ ನವೋದಯ ಶಾಲೆಯ ದಿನಗಳ ನೆನಪಿನಲ್ಲಿ)

ಹಕ್ಕಿಗಳೆಲ್ಲ ಮತ್ತೆ ಸೇರಿವೆ
ಹಳೆಯ ಮರದ ಮೇಲೆ,
ತಾನು ಹುಟ್ಟಿ ಬೆಳೆದು,
ರೆಕ್ಕೆ ಬಿಚ್ಚಿ ಹಾರಿ ಕಲಿತ,
ಅದೇ ರೆಂಬೆ ಕೊಂಬೆ ಮೇಲೆ.

ಹಕ್ಕಿಗಳೆಲ್ಲ ಮತ್ತೆ ಸೇರಿವೆ
ಹಳೆಯ ಮರದ ಮೇಲೆ...
ಹಳೆಯ ಮರದ ಮೇಲೆ...

ಏನೋ ಹೊಸದು ಕಣ್ಣ ಹೊಳಪು
ಹಳೆಯ ಬೇರಿಗೆ ಹೊಸ ಕನಸ ಹೊದೆಪು
ಬೆಳ್ಳಿ ಚುಕ್ಕಿ ಬಾನ ತುಂಬಿ
ಬೆಳಕ ಬೆನ್ನಲಿ ನೆನಪುಗಳ ಬಾನುಲಿ...
ಬೇರೆ ದಾರಿ, ಬೇರೆ ಹೆಸರು,

ಬೇರೆ ಪಾತ್ರ ಬೇರೆ ಬದುಕ ತೀರು,
ಒಂದೇ ಆಗಿವೆ ಇಲ್ಲಿ ಬೇಧವೆಲ್ಲವೂ
ನೂರು ಚಕ್ರಗಳಿಗಿಲ್ಲಿ ಸ್ನೇಹ ಒಂದೇ ತೇರು!

ಮೊದಲ ನಗು, ಮೊದಲ ಅಳು,
ಮೊದಲ ಕನಸು ಮೊದಲ ಭಯ,
ಎಲ್ಲ ಮೊದಲಿನ ಮಜಲುಗಳಿಗೂ
ಈ ಮರವು ನೀಡಿದೆ ಮಡಿಲು.
ಕಪ್ಪು ಫಲಕದ ಬೆಳ್ಳಿ ಕಿರಣ,
ಮುಗಿಲ ಚಾರಣದ ಮೊದಲ ಚರಣ.
ಮರವ ಹಿಡಿದಿರೋ ಬೇರು ಗುರುವು,
ಅವನ ಕೃಪೆಯೇ ಚಿಗುರಿಗೆ ನಿತ್ಯ ಸ್ಮರಣ.

ಇದು ಅಂತ್ಯವಲ್ಲ... ಇದು ಅಂತ್ಯವಲ್ಲ... ಆ... ಆ... ಆ..,
ಇದು ಅಂತ್ಯವಲ್ಲ... ಇದು ಅಂತ್ಯವಲ್ಲ...
ಇದಕಂತ್ಯವಿಲ್ಲ ಗೆಳೆಯ...
ಕಾಲದರಿವ ತುತ್ತ ತುದಿಯಲು
ಮರ ಕೊಡುವುದು ನಮಗೆ ನೆಲೆಯ..
ನೋಡೋಣ ಬಾ... ಸೇರೋಣ ಬಾ...
ಹಳೆ ಮರದ, ಹೊಸ ಚಿಗುರ, ಸಂಭ್ರಮಿಸೋಣ ಬಾ...
ಮರದಲ್ಲಿ ಮಗುವಾಗೋಣ ಬಾ... ಮರೆತು ಮರವೇ ಆಗೋಣ ಬಾ...

ಹಕ್ಕಿಗಳೆಲ್ಲ ಮತ್ತೆ ಸೇರಿವೆ...

ಹಳೆಯ ಮರದ ಮೇಲೆ...

ಹಳೆಯ ಮರದ ಮೇಲೆ...

52. ತುಣುಕು

ಇದ್ದರು ಇಲ್ಲದಂತೆ

ಸದ್ದೆ ಮಾಡದಂತೆ

ಎದ್ದು ಹೋಗುತಿದೆ ಬದುಕು

ತಿರುಗಿ ಒಮ್ಮೆ ನೋಡುವಂತೆ

ಕಣ್ಣ ಕಂಬನಿ ತುಂಬುವಂತೆ

ಅಲ್ಲಿರಲೊಂದು ಒಳ್ಳೆಯ ತುಣುಕು.

53. ನಿಜವಾಗದಿರಿ ಕನಸುಗಳೆ

ನಿಜವಾಗದಿರಿ ಕನಸುಗಳೆ

ನೀವು ಕನಸುಗಳಾಗಿಯೆ ಇರಿ.

ನನಸಾದರೆ ಕಾಲದಲಿ ಕರಗುವಿರಿ

ಕಾಲಗರ್ಭದದಲಿ ಮತ್ತೆ ಕನಸಾಗುವಿರಿ.

ಕಳೆದು ಹೋದ ನೋವ ಗುರುತಾಗುವಿರಿ.

ನೋವಾಗುವ ಕರ್ಮ ನಿಮಗೇಕೆ?

ನೀವು ನಿಜವಾಗದಿರಿ ಕನಸುಗಳೆ.

ಸಿಹಿ ನಿದಿರೆ ಹಂಚುತ್ತ ಆಸೆಗಳ ಬಿತ್ತುತ್ತ

ನೀವು ಕನಸುಗಳಾಗಿಯೆ ಇರಿ.

54. ಬೆಳೆಯಬೇಕು ಮನವೇ

ಬೆಳೆಯಬೇಕು ಮನವೇ,

ನೀ ಬದಲಾಗಬೇಕು.

ಇದ್ದಲ್ಲೆ ಇದ್ದರೆ

ಕಬ್ಬಿಣವೂ ಕರಗುವುದು

ಹರಿವ ನದಿ ಕೊನೆಗೆ

ಸಾಗರವಾಗುವುದು

ಮನವೇ!

ಜಡವೆ ಮರಣವು

ಚೈತನ್ಯವು ಜೀವನವು.

55. ನೈತಿಕತೆ

4ಭಗತ್ ಸಿಂಗ್ ರ ಕೊರಳಿಗೆ

ಅನ್ಯಾಯದ ಕುಣಿಕೆ ಬಿದ್ದಾಗ,

ಸುಭಾಷರನ್ನ ದಬ್ಬಾಳಿಕೆಯಿಂದ

ಅಧ್ಯಕ್ಷಗಿರಿಯಿಂದ ತಳ್ಳಿದಾಗ,

ಕುರ್ಚಿಯ ಆಸೆಯಿಂದ ಇಬ್ಬರು

ಕಳ್ಳರು ದೇಶವನ್ನ ಒಡೆದಾಗ

ಯಾವುದೊ ಮೋಹಕೆ ಕರಗಿ

ಗಾಂದಿಯೇ ಪಟೇಲರನು ತಡೆದಾಗ

ಸಂವಿಧಾನ ಪಿತಾಮಹನನು

ರಾಜಕೀಯವಾಗಿ ಕೊಂದಾಗ.

ಸಜ್ಜನ ಶಾಸ್ತ್ರೀಜಿಯ

ನೀಲಿ ದೇಹವನು ಕಂಡಾಗ.

ಕಳೆದು ಹೋಗಿದ್ದ ನೈತಿಕತೆಯನು

ಎಲ್ಲಾದರು ಕಂಡಿರ ಪ್ರಜೆಗಳೆ

ಇಲ್ಲ ಮರೆತು ಬಿಟ್ಟಿರ???

56. ರಣರಂಗ

ಊಟಕ್ಕೆ ಕುಳಿತಾಗ
ಉಪವಾಸದ ಮಾತ್ಯಾಕೊ?

ಯುದ್ಧಕ್ಕೆ ನಿಂತಾಗ
ಶಾಂತಿಯ ಜಪವೇಕೊ?

ಯುದ್ಧ ಮಾಡುವುದಷ್ಟೆ
ನಿನ್ನ ಕೆಲಸವೊ ಮರುಳ.

ಊಡು ಬಾಣ,
ಮಾಡು ಶತೃ ಪ್ರಾಣ ಹರಣ.
ರಣರಂಗವೇ ಪಾವತಿಸುವುದು
ಅವರವರ ಋಣ.

57. ನಿಜ!ನಾವು ಒಗ್ಗಟ್ಟಾಗಲಿಲ್ಲ

ನಿಜ,ನಾವು ಒಗ್ಗಟ್ಟಾಗಲಿಲ್ಲ, ಆಗಿದ್ದಿದ್ದರೆ...

ಅಲೆಗ್ಸಾಂಡರ್ ಸಿಂಧೂ ನದಿಯ ದಾಟುತಿರಲಿಲ್ಲ.

ಹೂಣ ಕುಶಾಣ ಚೀಣರು

ಹಿಂದುಸ್ಥಾನದ ಕನಸು ಕಾಣುತಿರಲಿಲ್ಲ.

ನಿಜ ನಾವು ಒಗ್ಗಟ್ಟಾಗಲಿಲ್ಲ

ಆಗಿದ್ದಿದ್ದರೆ...

ಆಫ್ಗನ್ ದರೋಡೆಕೋರರು

ಈ ನೆಲಕೆ ಬರುತಿರಲಿಲ್ಲ.

ಡಚ್ಚರು ಪೋರ್ಚಗೀಸು ಫ್ರೆಂಚರು

ನಮ್ಮ ರಾಜರಾಗುತಿರಲಿಲ್ಲ.

ನಿಜ, ನಾವು ಒಗ್ಗಟ್ಟಾಗಲಿಲ್ಲ

ಆಗಿದ್ದಿದ್ದರೆ...

ಕುತಂತ್ರಿ ಆಂಗ್ಲರು ಎರಡು

ಶತಮಾನ ನಮ್ಮನ್ನಾಳುತಿರಲಿಲ್ಲ

ನಾವು ಕೆಂಪು ಮನಸಿನ

ಗುಲಾಮರಾಗುತ್ತಿರಲಿಲ್ಲ.

ನಿಜ,ನಾವು ಒಗ್ಗಟ್ಟಾಗಲಿಲ್ಲ

ಆಗಿದ್ದಿದ್ದರೆ...

ನಮ್ಮ ನಿಜ ನಾಯಕರ ಮರೆಯುತಿರಲಿಲ್ಲ.

ನಮ್ಮ ದೇಶ ಇಭ್ಭಾಗವಾಗುತಿರಲಿಲ್ಲ.

ನಿಜ, ನಾವು ಇಂದಿಗೂ ಒಗ್ಗಟ್ಟಾಗಿಲ್ಲ.

ಆಗುವ ಮನಸುಗಳು ಕಾಣುತ್ತಿಲ್ಲ.

58. ಚಿರಾಯು

ಸುಳ್ಳೆಂದರೆ ಏಕಿಷ್ಟು ಮೋಹ ಮನವೆ??

ಸುಳ್ಳು ಹೊಗಳಿಕೆಗೆ ಏಕಿಷ್ಟು ಹಿಗ್ಗುವೆ??

ಮಿಥ್ಯೆಯು ಮೋಹಕ ಸುಂದರಿ

ಬಿಗಿದಪ್ಪಿ ಚುಂಬಿಸದಿರು,

ಅದಕೆ ಮುಪ್ಪುಂಟು.

ಸತ್ಯವೆಂಬುದು ಕುರೂಪಿ

ಆದರೆ ಚಿರಾಯು.

59. ದೇವರಂತಾಗಬೇಕು

ಸೂರ್ಯನನು ಪೂಜಿಸುವರು ಕೋಟಿ
ಅವನ ಉರಿ ಬಿಸಿಲ ಮೆಚ್ಚುವರು ಯಾರುಂಟು??

ಪೂರ್ಣ ಚಂದಿರನ ಪ್ರೇಮಿಸುವರು ಕೋಟಿ
ಅವನ ಕಪ್ಪು ಕಲೆಯ ಒಪ್ಪುವರು ಯಾರುಂಟು??

ಒಪ್ಪಿತವಾಗುವುದ ಇಷ್ಟ ಪಡಲು
ಮನುಷ್ಯನಾದರೆ ಸಾಕು,
ಒಪ್ಪಿತವಾಗದನು ಇಷ್ಟಪಡಲು
ನಾವು ದೇವರಂತಾಗಬೇಕು.

60. ಪ್ರಕೃತಿ

ನೀರ ನೆಲೆಯ ಕೆರೆ ಕಟ್ಟೆಗಳನು ಮುಚ್ಚುವಾಗ,
ಕಣ್ಣು ಮುಚ್ಚಿ ಕುಳಿತವರು ನಾವು.
ಸತ್ತ ಕೆರೆಯ ಮೇಲೆ ಕಟ್ಟಿದ ಭವ್ಯ ಸೌಧವ,
ಕಣ್ಣು ಮಿಟುಕಿಸದೆ ನೋಡುವವರು ನಾವು.

ಭೂತಾಯಿ ನೀರು ಕುಡಿಯದಂತೆ,
ಕತ್ತು ಹಿಸುಕಿದವರು ನಾವು,
ಸಾವಿರ ಸಾವಿರ ಅಡಿಯ ಬಾವಿಯೊಳಗೆ,
ನೀರಿಗಾಗಿ ಹುಡುಕುತಿಹೆವು ನಾವು.

ಮಳೆ ತರುವ ಕಾಡು,ಮರಗಳ ಮಾರಣ ಹೋಮದಲಿ,
ಕಣ್ಣೀರು ಸುರಿಸದೆ ಬಂದವರು ನಾವು.
ಬಾನೆಡೆಗೆ ನೋಡುತ್ತ ಬಾರದ ಮಳೆಗಾಗಿ
ಕಾದಿಹೆವು ನಾವು,

ನದಿಯೊಡಲ ಬಗೆದು ಮರಳು ತಂದಾಗ,
ಮನೆ ಕಟ್ಟಿ ಸಂಭ್ರಮಿಸಿದವರು ನಾವು.

ಬರದಲ್ಲಿ ಬಾಯಾರಿ ಬೆಂಡಾಗಿ ದೇವರನು
ಶಪಿಸುತ್ತ ಕೂತವರು ನಾವು.

ದುರಾಸೆಯಿಂದ ಭೂಮಿಗೆ
ವಿಷವಿಟ್ಟವರು ನಾವು,
ವಿಷಮದ ದಿನಗಳಲಿ ದೀನನಾಗಿ
ಅಮ್ಮ ಎನುತಿರುವೆಹು ನಾವು,

ನಮ್ಮೆಲ್ಲ ಆಸೆಗಳಿಗೆ ಜೀವಜಲದ,
ಅತ್ಯಾಚಾರ ಮಾಡಿದವರು ನಾವು.
ಹನಿ ನೀರಿಗಾಗಿ ಅನಾಗರೀಕರಂತೆ,
ನಮ್ಮವರ ಜೊತೆಯೆ ಬಡಿದಾಡುತ್ತಿರುವವರು ನಾವು,

ಪ್ರಕೃತಿಯ ಕಾಪಾಡಲು,
ಎಂದು ಕಲಿಯಲೆ ಇಲ್ಲ ನಾವು.
ಕಾಂಕ್ರೀಟ ಕಾಡೊಳಗೆ ಕೂತ
ಕ್ರೂರ ಮೃಗಗಳಂತಾದೆವು ನಾವು.
ಇನ್ನಾದರು ಕಣ್ಣು ತೆರೆಯೋಣ ನಾವು.
ಪ್ರಕೃತಿಯ ಉಳಿಸುವ ಶಪಥ ಮಾಡೋಣ ನಾವು
ನೆನಪಿರಲಿ,
ಪ್ರಕೃತಿಯು ಮುನಿದರೆ ನಮಗೆ ದಾರಿ ಒಂದೆ, ಅದು ಸಾವು!.

61. ನಿರಂತರತೆ

ಇಲ್ಲಿ ಯಾವುದೂ ಶಾಶ್ವತವಲ್ಲ
ಇಲ್ಲಿ ಯಾವುದೂ ನಿಲ್ಲುವುದಿಲ್ಲ
ಎಲ್ಲವು ಬದಲಾಗಬೇಕು
ನಿರಂತರತೆ ಪ್ರಕೃತಿಯ ಗುಣಧರ್ಮ
ಬದಲಾವಣೆ ಜಗದ ನಿಯಮ.

ಮೋಡ ಕರಗಿ ಮಳೆಯಾಗುವುದು
ಹನಿ ಹನಿ ಕೂಡಿ ನದಿಯಾಗುವುದು
ನದಿ ಹರಿದು ಕಡಲಾಗುವುದು
ಕಡಲು ಉರಿದು ಮೇಘವಾಗುವುದು
ನಿರಂತರತೆ ಪ್ರಕೃತಿಯ ಗುಣಧರ್ಮ
ಬದಲಾವಣೆ ಜಗದ ನಿಯಮ

ಮಣ್ಣಿಂದ ಸಸಿ ಚಿಗುರುವುದು
ಸಸಿ ಬೆಳೆದು ಮರವಾಗುವುದು
ಮರ ನೆರೆತು ಹಣ್ಣಾಗುವುದು
ಮಾಗಿ ಬಿದ್ದು ಮಣ್ಣಾಗುವುದು

ನಿರಂತರತೆ ಪ್ರಕೃತಿಯ ಗುಣಧರ್ಮ
ಬದಲಾವಣೆ ಜಗದ ನಿಯಮ.

ಒಮ್ಮೊಮ್ಮೆ ಧರ್ಮವು ಅಸ್ತಮಿಸುವುದು
ಅಧರ್ಮವು ತುಂಬಿ ತುಳುಕುವುದು
ಭೂಮಿಯ ನೋವು ಅವತಾರವಾಗುವುದು
ಅಸತ್ಯದ ಅಂತ್ಯವಾಗುವುದು
ನಿರಂತರತೆ ಪ್ರಕೃತಿಯ ಗುಣಧರ್ಮ
ಬದಲಾವಣೆ ಜಗದ ನಿಯಮ.

62. ಆದಿ ವೇದ

ಸಂಗೀತ ನಾದ ಇದು ಆದಿ ವೇದ

ಶಿವ ಢಮರು ನಿನಾದ

ಶಾರದ ವೀಣಾ ಸುನಾದ

ಸೃಷ್ಟಿ ಪೂರ್ವದಲಿ ಖಾಲಿ ವಿಶ್ವದಲಿ

ಹರಿದ ತರಂಗ ಸಂಗೀತ,

ರಘುಖಗಗಳ ಮಾತಲಿ

ಸೋಮನುದಧಿ ಮುದದಲಿ

ಭಾಷೆಯಾಯಿತು ಸಂಗೀತ.

ವಸಂತನಸಿರಿನ ಮೋಹದಿ

ಭಾನು ಬುವಿಯ ಪ್ರೇಮಧಿ

ಸುಪ್ತವಾಗಿಹುದು ಸಂಗೀತ.

ಅಂಡ ಪಿಂಡ ಬ್ರಹ್ಮಾಂಡವೆಲ್ಲವು ಸಂಗೀತ.

63. ಮೊದಲ ಮಳೆ

ಬೇಸಿಗೆಯ ಮೊದಲ ಮಳೆ

ಕೊಂಚ ತಣಿದಳೊ ಇಳೆ

ಕಾದ ಮಣ್ಣಿನ ಮೇಲೆ

ಮಳೆಹನಿಯು ಬಿದ್ದ ವೇಳೆ

ಆಹಾ!! ಗಂಧದ ವಾಸನೆ

ಏನು ಲೀಲೆಯೊ ದೇವನೆ

ಸೃಷ್ಟಿಯೊಳಗೆಲ್ಲ ಸುಖವನು ಇಟ್ಟು

ಕಾಣದಂತೆ ಕುಳಿತೆಯ ಸುಮ್ಮನೆ?

64. ಸ್ವಾತಂತ್ರ್ಯ

ಒಂದು ನದಿಯಿಂದಲೇ ಆಗಲಿಲ್ಲ ಸಮುದ್ರ,

ಒಬ್ಬರಿಂದಲೇ ಬರಲಿಲ್ಲ ಸ್ವಾತಂತ್ರ್ಯ,

ಶಾಂತ ಗಂಗೆ, ಭೋರ್ಗರೆಯೊ ಬ್ರಹ್ಮಪುತ್ರ,

ಗುಪ್ತಗಾಮಿನಿ ಕಾವೇರಿ,

ಎಲ್ಲರಿಂದಾಗಿದ್ದು ಸಾಗರವು,

ಲಕ್ಷ ಲಕ್ಷ ಯೋದರು ಬಲಿಯಾಗಿ,

ಹುತಾತ್ಮರಾಗಿ, ಮಣ್ಣಾಗಿ, ಕರಗಿ

ಗೊಬ್ಬರವಾಗಿ, ಅದನುಂಡು ಅರಳಿದ್ದು

ಸ್ವಾತಂತ್ರ್ಯ ಪುಷ್ಪವು.

ಬರಿಯ ಅಹಿಂಸೆಯ ನೀರಿಂದ ಬೆಳೆದಿದ್ದಲ್ಲ

ಒಬ್ಬರದೆ ಪಿತ್ರಾರ್ಜಿತ ಆಸ್ತಿಯೂ ಅಲ್ಲ.

65. ಬದುಕಿಬಿಡು ಒಮ್ಮೆ

ನಡೆದು ತೋರಿಸು ಒಮ್ಮೆ

ಮುಳ್ಳನ್ನೆ ತುಳಿಯದಿರುವವನಂತೆ.

ಹಾಡಿ ತೋರಿಸು ಒಮ್ಮೆ

ಸ್ವರ ಪರಿಚಿತನಂತೆ.

ನಕ್ಕು ಬಿಡು ಒಮ್ಮೆ

ನೋವನೆ ಕಂಡಿರದವನಂತೆ.

ಬದುಕಿಬಿಡು ಒಮ್ಮೆ

ಆ ಯಮನನ್ನೆ ಗೆದ್ದವನಂತೆ.

66. ವಿಶ್ವ ಗುರು

ಧರ್ಮ ಕರ್ಮಗಳ ಕತ್ತಲೆಯಲಿ ಜಗವಿರಲು
ಬೆಳಕೀವ ಭಾಸ್ಕರನಂತೆ ನೀ ಬಂದೆ ಬಸವ.
ಸಮಾಜದ ಕೊನೆಯವರು ಶಕ್ತಿಹೀನರಾಗಿರಲು
ಕಾಯಕ್ಕೆ ಚೈತನ್ಯದಂತೆ ನೀ ಬಂದೆ ಬಸವ.
ದೇವ ಧರ್ಮದ ನೆರಳಲ್ಲಿ, ಬಲಿ ಪೂಜೆ ನಡೆಯುತಿರಲು,
ದಯವೇ ಧರ್ಮದ ಮೂಲವೆಂದವನು ನೀನು ಬಸವ.
ಮಡಿವಂತಿಕೆಯ ನೆಪದಲ್ಲಿ
ದೇವರಿಂದ ದೂರಾದವರ ಹತ್ತಿರಕ್ಕೆ
ದೇವರನೆ ಕರೆತಂದು ಕರಸ್ಥಲದಲ್ಲಿರಿಸಿದೆ ಬಸವ.
ಗರ ಬಡಿದು ರೋಗವಿಡಿದ ಸಮಾಜಕ್ಕೆ,
ದಯೆ, ಕಾಯಕವ ಹೇಳಿ ವೈದ್ಯನಾದೆ ನೀ ಬಸವ.
ಹಿರಿಯನಾದರು ಕಿರಿಯನಾಗಿ
ತಂದೆಯಾದರು ಮಗನಾಗಿ
ರಾಜನಾದರು ಸೇವಕನಾಗಿ
ದೇವರಾದರು ನಿಜ ಮನುಜನಾಗಿ
ವಿಶ್ವಕ್ಕೆ ಗುರುವಾದೆ ನೀ ಬಸವ.

67. ಪಾಷಾಣ

ಮಹಾಮನೆಯಲ್ಲಿ ಕಂಪನ

ಪ್ರಸಾದದಲಿ ಪಾಷಾಣ

ಶಿವ ಶಿವಾ!!!

ಇನ್ನು ಸತ್ತಿಲ್ಲ ಮನೆಹಾಳು ಮಂಚಣ್ಣ,

ಮರಿಮಕ್ಕಳ ಜೊತೆಗೂಡಿ ವಿಷವಿತ್ತನಣ್ಣ,

ಗುರುವು ಭವಿಯಾದನು ಕೇಳಣ್ಣ,

ಲಿಂಗದೇವ ಕಲ್ಲಾದನೊ ನೋಡಣ್ಣ,

ಅಪಚಾರವಾಯಿತೊ ಅಣ್ಣ,

ಕುಲದವರೆ ಕಲ್ಯಾಣಕ್ಕೆ ಮುಳ್ಳಾದರಣ್ಣ.

68. ಹೋಳಿ

ಹುಣ್ಣಿಮೆಯ ಬೆಳಕಲ್ಲಿ
ಹುಟ್ಟಿದ ಕಾಮನನು
ಅರಿವಿನ ಹಣೆಗಣ್ಣಿಂದ
ದಹಿಸೋಣ,
ಬಣ್ಣದ ಓಕುಳಿ ಆಡೋಣ.

ದುಃಖ ದುಮ್ಮಾನಗಳ
ಹಿಂದಕ್ಕೆ ಬಿಟ್ಟು
ಚೆಂದದ ಬದುಕಿಗೆ
ಕಣ್ಣನು ನೆಟ್ಟು
ವಸಂತನನು
ಕೂಗಿ ಕರೆಯೋಣ
ಬಣ್ಣ ಬಣ್ಣಗಳಲಿ
ಮುಳಿಗೇಳೋಣ
ಸ್ನೇಹವನು ಬಿತ್ತಿ ಪ್ರೇ
ಮವನು ಬೆಳೆಯೋಣ
ಕಪ್ಪು ಬಿಳುಪಿನ ಜಗಕೆ
ಬಣ್ಣಗಳ ಬಳಿಯೋಣ
ಬಣ್ಣದ ಓಕುಳಿ ಆಡೋಣ.

69. ಸಂಗೀತ ರಸಿಕ

ರಸಿಕ ರಸಿಕ ಓ ಸಂಗೀತ ರಸಿಕ

ನಿನಗೇಕೊ ಬೇರೆ ನಾಕ?

ಸುರಲೋಕದಲು ಸಿಗದೋ

ನಿನಗಿಂತ ಸುರಪಾನ.

ಮದನಾರಿಯು ಕೊಡಳೋ

ನಿನಗಿಂತ ಮಧುಪಾನ.

ಸುರಪಾನ ತಲೆಗೇರುವುದು

ಸ್ವರಪಾನ ಮನ ತುಂಬುವುದು.

ರಸಿಕ ರಸಿಕ ಓ ಸಂಗೀತ ರಸಿಕ

ನಿನಗೇಕೋ ಬೇರೆ ನಾಕ?

70. ಹೃದಯ ವೀಣೆ

ಹೃದಯ ವೀಣೆ ಮೀಟಿದಾಗ
ನೆನಪಿನ ಸಂಗೀತ ಸಾಲು,
ಕಾಲದ ಜೊತೆಯಲ್ಲಿ
ಕನಸುಗಳೆ ಕೈಯ ಕೊಳಲು.

ಹುಟ್ಟುವಾಗ ಎಲ್ಲ ಒಂಟಿ
ಯಾರು ಇಲ್ಲ ಜೊತೆಯಲ್ಲಿ,
ಎಷ್ಟು ಹಿತವೊ ಸ್ನೇಹವೆಂಬುದು
ನಾಲ್ಕು ದಿನದ ಬಾಳಲಿ.

ಯಾರಿಗ್ಯಾರ ಭಯವು ಬೇಡ
ಪ್ರೀತಿಯಿರಿವಾಗ ಎದೆಯಲ್ಲಿ,
ಕಷ್ಟ ಸುಖಗಳು ಬೆರೆಯಬೇಕು
ಜೇನು ಬೆರೆತಂತೆ ಹಾಲಲಿ
ಹೃದಯ ವೀಣೆ ಮೀಟಿದಾಗ
ನೆನಪಿನ ಸಂಗೀತ ಸಾಲು

71. ಯುಗಪುರುಷ

ಅರ್ಧ ವೀರರೆಲ್ಲ ಎದ್ದು ಮೆರೆಯುತಲಿಹರು
ಬುದ್ಧಿ ಕಲಿಸುವರೆಲ್ಲಿ ನಿದ್ದೆ ಹೋದರೋ?!
ಬಾಯಿ ಬಡುಕರಿಗೆ ಸ್ವರ್ಗ ಬಂದಂತಿಹುದು
ನಾಲಿಗೆ ಸೀಳ್ವರು ಎಲ್ಲಿ ಸತ್ತು ಹೋದರೋ?!

ಒಮ್ಮೆ ಸಾಯುವ ವೀರರ ನಾಡಲ್ಲಿ
ದಿನವೂ ಸಾಯುವವರು ಹೆಚ್ಚಾಗಿ,
ಬುದ್ಧಿಯಿಲ್ಲದ ಪಂಡಿತರ ಸಂತೆಯಲಿ
ಸತ್ಯಕ್ಕೆ ಸಾವಾಗಿ,
ಬಂಜೆಯಾಗಿದ್ದರೆ ಬಹು ಲೇಸೆಂದು ತಾಯ್ ನೊಂದಿರೇ
ಕಾಣುವ ಕಂಗಳು ಎಲ್ಲಿ ಕುರುಡಾದವೋ?!

ಬರೀ ಸಿಂಹಗಳೇ ತುಂಬಿರುತಿದ್ದವು ಇಲ್ಲಿ ಒಮ್ಮೆ,
ನರಿಗಳದೇ ಹಟ್ಟಹಾಸ ಎತ್ತ ನೋಡಿದರು ಈಗ.
ಗರ್ವದಿಂದ ಮೆರೆಯುತಿತ್ತು ಇತಿಹಾಸದ ಹೆಮ್ಮೆ
ಗತಕೆ ಗೆದ್ದಲಿಡಿಸುತಿದೆ ಜಾಣ ಮರೆವಿನ ರೋಗ.
ಹಿರಿಮೆಯ ಸಾಮ್ರಾಜ್ಯ ಧ್ವಜ ಹಿಮಗಿರಿಯಿಂದ ಬೀಳುತಿರೆ,
ಹಿಡಿದೆತ್ತಿ ಮತ್ತೆ ಸಮ್ರಾಟನಾಗಲು ಆ ಯುಗಪುರುಷನೆಂದು ಬರುವನೋ?!

72. ಗಾದ್ರಿಮಲೆ ಹೆಬ್ಬುಲಿ

ಆ ದುರ್ಗದ ಗಂಡುಗಲ್ಲುಗಳ ಮೇಲೆ

ನಿಂತಿಹನು ಗಂಡುಗಲಿ.

ಶತ್ರು ಸೈನ್ಯದ ಮೇಲೆ ನೋಟ,

ಅಗ್ನಿಪರ್ವತಗಳು ಕಂಗಳಲಿ.

ಸಮರದಲಿ ಘಾಸಿಗೊಂಡ ಮದಗಜನಂತಾಗಿಹನು

ಮದಕರಿ ಪಾಳೆಗಾರ.

ಹುರಿಮೀಸೆ ಮೇಲೆ ಕೈಯಿಟ್ಟು

ಗಹಗಹಿಸಿ ನಗುತಿಹನು. ಅರಿಭಯಂಕರ.

ದೂರದಲ್ಲಿ ಹನುಮದ್ಗರುಡಧ್ವಜ ಗಾಳಿಯಲಿ

ಪಟ ಪಟನೆ ಬಡಿಯುತ್ತಾ ಹೇಳುತಿದೆ

ರಣಚಂಡಿಗೆ ಸ್ವೀಕಾರ.

ನಾಯಕನ ಈ ರೂಪ ಕಂಡು

ಕ್ಷಣ ನಿಂತು ಬಡಿಯಿತು ಹೈದರನ ಗುಂಡಿಗೆ

ಕಾಮಗೇತಿ ಕಸ್ತೂರಿ, ಗಾದ್ರಿಮಲೆ ಹೆಬ್ಬುಲಿಯು

ಕಾಣುತಿತ್ತು ಅವನ ಕಣ್ಣಿಗೆ

ರಿಪು ಎದೆ ಇರಿಯಲು

ಬಿಲ್ಲೇರಿನಿಂತ ರಾಮ ಬಾಣದಂತೆ,

ಹಿರಣ್ಯಕಶುಪಿನ ಬಲಿಗಾಗಿ ಕಂಬದಲಿ ಕಾದಿರುವ

ಉಗ್ರ ನರಸಿಂಹನಂತೆ,

ಕೊಬ್ಬಿದ ಭೂಪಾಲರ ತಲೆ ತರಿದ ಪರುಶರಾಮನಂತೆ.

73. ಅಭಿನವ ಬಸವಣ್ಣ

(ಮಹಾ ಶರಣ ಶ್ರೀ ಶಿವಕುಮಾರ ಸ್ವಾಮಿಗಳ ೧೦೯ನೇ ಹುಟ್ಟುಹಬ್ಬದ ಸಂದರ್ಭದಲ್ಲಿ)

ಸಿದ್ಧಗಂಗೆಯ ಸೂರ್ಯನಿಗಿಂದು

ನೂರೊಂಬತ್ತರ ಪ್ರಾಯ.

ಜಂಗಮ ರೂಪಿ ಲಿಂಗದಂತೆ ಶ್ರೀ ಕಾಯ.

ಭಕ್ತಿಯೊಳು ಅಣ್ಣನಂತೆ ಭಕ್ತಿ ಭಂಡಾರಿ.

ಕಾಯಕದಿ ನಿಜ ಸೊನ್ನಲಿಗೆ ಗುರು ಸಿದ್ಧರಾಮ.

ವಿರಕ್ತಿಯೊಳು ಅಲ್ಲಮನ ಛಲ.

ತ್ರಿವಿದ ದಾಸೋಹದಿ ಇವ,

ಬಸವ ಶರಣ ಸಂಕುಲದ ಮಗ.

ಶರಣು ಶರಣಯ್ಯ ಶ್ರೀ ಅಭಿನವ ಬಸವಣ್ಣ.

74. ಕಲ್ಲು ಕರಗುವ ಸಮಯ

ಇದು ಕಲ್ಲು ಕರಗುವ ಸಮಯ,

ಕಾಡುತಿದೆ ಏಕೋ ನನ್ನೊಳಗಿನ ಕವಿಯ.

ಬಾಡದ ಹೂವಂತಿದ್ದ ಹೃದಯ

ಮುದುಡಿ ಮಂಕಾಗಿದೆ ಏಕೋ ಗೆಳೆಯ

ಈಜು ಬರದ ಮನವೇಕೆ ಇಳಿಯಿತು

ಸ್ನೇಹವೆಂಬ ವಿಶಾಲ ಸಾಗರದೊಳಗೆ

ಮರಣಿಸುತಿದೆ ನೋಡಿದೆಯಾ ಅದಿಂದು

ಆ ಮೌನದ ಸುಳಿಯೊಳಗೆ

ಛಿದ್ರವಾಗಿದೆ ಹೃದಯವೆಂಬ ಹಡಗು

ಕಾಣದ ಪರಿಸ್ಥಿತಿ ಎಂಬ ಬಿರುಗಾಳಿಗೆ

ಪ್ರಶ್ನೆ ಕೇಳುವವರ್ಯಾರು? ಉತ್ತರ ಹೇಳುವವರ್ಯಾರು?

ನಿನ್ನೊಡಲ ಕಣ್ಣೀರಿಗೆ.

75. ಸ್ನೇಹವೆನ್ನದವರ್ಯಾರು?

ಮಳೆ ಹನಿ ಎಂಬುದು

ಗುಡುಗು ಸಿಡಿಲಂಗಿಜಿದ

ಕರಿಮೋಡದ ಕಣ್ಣೀರಿನ ಹನಿಯೊ?

ಪೃಥ್ವಿಗೆ ಚುಂಬಿಸುವ ಕರಿಮೋಡದ

ಹೆಬ್ಬಯಕೆಯೋ?

ಈ ಪ್ರಶ್ನೆಗೆ ಉತ್ತರ ಬಲ್ಲವರ್ಯಾರು??

ವಸಂತ ಮಾಸದಲ್ಲಿ ಪ್ರಕೃತಿಯ

ರಾಗಕೆ ಕೋಗಿಲೆ ಹಾಡುವುದು,

ವರ್ಷಧಾರೆಗೆ ಮೊದಲು ಕರಿಮೋಡಗಳ ತಾಳಕೆ

ನವಿಲು ಕುಣಿಯುವುದು

ಈ ವಿಸ್ಮಯಗಳ ಮೂಲವನುಡುಕಿ ತಿಳಿದವರ್ಯಾರು?

ಮೂಕ ಕರುವಿನ ಕೂಗಿಗೆ

ಓಡಿ ಬರುವುದು ಎಲ್ಲಿದ್ದರು ಹಸುವು,

ಹೆತ್ತ ತಾಯಿಯ ಎದೆ ತುಂಬಿ ಬರುವುದು

ಒಮ್ಮೆ ಅಳಲು ಮಗುವು,

ಈ ಸೆಳೆತಕ್ಕೆ ಕರುಳ ಸಂಬಂಧ ಎಂದರು ತಿಳಿದವರು.

ನನ್ನೊಳಗಿನ ಸುಖ ದುಃಖಗಳಿಗೆ
ಮಿಡಿಯುವುದು ನಿನ್ನ ಮನವು
ಒಮ್ಮೆ ಕಣ್ಮುಚ್ಚಿ ಕಲ್ಪಿಸಲು
ನೀನೆ ನನ್ನ ಜಾಗವು
ಕರುಳ ಸಂಬಂಧ ಮೀರಿದ ಈ ಬಂಧಕ್ಕೆ
ಸ್ನೇಹವೆನ್ನದವರ್ಯಾರು?

76. ಸಾಹಿತ್ಯ

ಭಾವನೆಯೆಂಬ ಲತೆಯು ಕರಗಿ

ಕಲ್ಪನೆಯೆಂಬ ಪುಷ್ಪ ಸೊರಗಿ

ಮರಣಿಸಿತ್ತು ಪದ ಪದಗಳ ನಡುವಿನ ಸಾಂಗತ್ಯ

ಕಾಲಗರ್ಭದಿಂದ ಜನಿಸಿದಂತ ಜೀವವೊಂದು

ಪ್ರೀತಿಯಿಂದ ಬಳಿಗೆ ಬಂದು

ನೀರೆರೆಯಿತು ಆ ಲತೆಗೆ ಸ್ನೇಹದಿಂದ ನಿತ್ಯ

ಮತ್ತೆ ಚಿಗುರಿ ನಿಂದು ಲತೆಯು

ಇನ್ನು ಕಾವ್ಯ ಗಂಧಕೆಲ್ಲಿ ಕೊನೆಯು

ಆಗ ಅರಳಿ ನಿಂತ ಪುಷ್ಪ ಅದುವೇ ಸಾಹಿತ್ಯ.

77. ಸ್ನೇಹ

ಕರಗಿ ಹೋಗಲು ಸ್ನೇಹವೆಂಬುದು

ಮಂಜಿನ ಹನಿಯಲ್ಲ

ಮರೆತು ಹೋಗಲು ಸ್ನೇಹವೆಂಬುದು

ಬರಿಯ ನೆನಪಲ್ಲ

ತೋಚಿದ್ದನ್ನು ಗೀಚಲು ಸ್ನೇಹವೆಂಬುದು

ಖಾಲಿ ಕಾಗದವಲ್ಲ

ಸ್ನೇಹವೆಂಬುದು..

ಮನಸ್ಸಿನ ಕತ್ತಲೆಯ ಕರಗಿಸುವ ಪ್ರಣತೆ

ಬರೆಯಲಾಗದ ಕವಿತೆ

ಅದೊಂದು ಮುಗಿಯದ ಪಯಣ

ಅರ್ಥವಾಗುವ ಮೌನ

78. ನಮಿಸುವೆನು ಪ್ರಕೃತಿಗೆ

ಇಳೆಗೆ ಮಳೆ ಮುತ್ತಿಕ್ಕುತ್ತಿದೆ

ಭಾವೋದ್ವೇಗದಿ ಧರೆಯುಕ್ಕುತಿದೆ

ಮಧುರ ಮಿಲನಕೆ ಪ್ರಕೃತಿಯು

ಶುಭ ಕೋರುತಿದೆ

ಚರಾಚರಗಳು ಪ್ರೀತಿಸುವ ಮಡಿಲಲ್ಲಿ

ಮಗುವಾಗುತ್ತಿವೆ

ಅಲ್ಲೆಲ್ಲೋ ತಾವರೆಯ ಪತ್ರದ ಮೇಲಿಂದ

ನೀರ ಹನಿಯೊಂದು ಜಾರುತಿದೆ

ಇನ್ನೆಲ್ಲೋ ಹೂವ ಒಳಗಿಂದ

ದುಂಬಿಯೊಂದು ಹೊರ ಇಣುಕುತಿದೆ

ಹಸಿರು ತುಂಬಿದ ಪ್ರಕೃತಿಯು

ಕವಿಯ ಮನಸ ಕೆಣಕುತಿದೆ

ಪದ ಪದಗಳ ಸೇರಿಸಿ

ಕಾವ್ಯ ಸೃಷ್ಟಿಯಾಗುತಿದೆ.

ಹನಿ ಹನಿಗಳ ಸಿಹಿ ತುತ್ತು

ನದಿಯಾಗಿ ಹರಿಯುತಿದೆ
ಅರಳಿ ನಿಂತು ಹೂವೊಂದು
ನವವಧುವಂತೆ ನಾಚುತಿದೆ
ಹಾರುತಿರುವ ಗುಬ್ಬಚ್ಚಿಯೊಂದು
ಸಂಗಾತಿಯ ಹುಡುಕುತಿದೆ
ಪ್ರೇಮ ಸಲ್ಲಾಪಕೆ ಸೃಷ್ಟಿಯು
ಮಣೆ ಹಾಕುತಿದೆ

ಈ ಸೊಬಗ ನೋಡಲು
ಕಣ್ಣೆರಡು ಸಾಲದಾಗಿದೆ
ಈ ಚೆಲುವ ಕದಿಯಲು
ಮನ ಕಳ್ಳ ಲೆಕ್ಕ ಆಕುತಿದೆ
ಏನು ಹೇಳಲಿ ದೇವರ ಈ ಕೃತಿಗೆ
ಮೂಕನಾಗಿ ನಿಂತು ನಮಿಸುವೆನು
ಈ ಪ್ರಕೃತಿಗೆ.

79. ಹಚ್ಚೋಣ ಬನ್ನಿ

ಹಚ್ಚೋಣ ಬನ್ನಿರೆಲ್ಲ ಸಾಲು ಸಾಲು ಹಣತೆಗಳ
ಅಂಧಕಾರವ ಸುಡುವ ಜ್ಞಾನ ಪ್ರಣತೆಗಳ

ಮನಸೆಂಬ ಮಣ್ಣಿನ ಹಣತೆಯೊಳಗೆ
ಮಾನವತೆಯ ಎಣ್ಣೆ ಸುರಿದು
ಸ್ನೇಹ ಪ್ರೀತಿಯ ಬತ್ತಿ ಹೊಸೆದು
ವಿವೇಕವೆಂಬ ಬೆಂಕಿಯಿಂದ
ಹಚ್ಚೋಣ ಬನ್ನಿ ಸಾಲು ಸಾಲು ಹಣತೆಗಳ.

ಪ್ರತಿ ಎದೆಯೊಳಗೂ ಪ್ರೀತಿಯ ಸಸಿಯ ನೆಟ್ಟು
ಅಲ್ಲಿಂದ ದ್ವೇಷ ಅಸೂಯೆಗಳ ಕಳೆಯ ಸುಟ್ಟು
ಸಮಾನತೆಯೆಂಬ ನೀರ ಆ ಸಸಿಗೆರೆದು
ಜಾತಿ ಧರ್ಮಗಳ ಕೀಟಗಳ ಕಿತ್ತೊಗೆದು
ಪಡೆಯೋಣ ಬನ್ನಿ ಶುದ್ಧ ನಿರ್ಮಲ ಪುಷ್ಪಗಳ

ಮಾನವತೆಯ ಎತ್ತಿ ಹಿಡಿದು
ಕಂದಾಚಾರಗಳ ಸಮಾಜದಿಂದ ತೊಡೆದು

ಜಡವಿಡಿದು ಮಲಗಿರುವ ಚೈತನ್ಯಗಳ
ಬಡಿದೆಬ್ಬಿಸಿ
ಆತ್ಮಗಳ ಬಂಧಿಸಿರುವ
ಅನಿಷ್ಟಗಳ ಕತ್ತರಿಸಿ
ಕಟ್ಟೋಣ ಬನ್ನಿ ಹೊಸ ಬೆಳಕ ಸಮಾಜವ

ಹಚ್ಚೋಣ ಬನ್ನಿರೆಲ್ಲ ಸಾಲು ಸಾಲು ಹಣತೆಗಳ
ಅಂಧಕಾರವ ಸುಡುವ ಜ್ಞಾನ ಪ್ರಣತೆಗಳ.

80. ಗೃಹ ಪ್ರವೇಶ

ಕೊಂಡು ಬಾ ಅತಿಥಿ ಸ್ನೇಹ ಪ್ರೀತಿಗಳ
ಮನದ ಮೊನೆಯೊಳಗೆ
ಬಿಟ್ಟು ಬಾ ನಾನೆಂಬ ಜೋಡುಗಳ
ಮನೆಯ ಹೊರಗೆ

ಮೈಲಿಗೆ ಆಗದಿರಲಿ ನಿನ್ನ ಆಗಮನದಿಂದ
ಮಡಿವಂತರ ಸೂರು
ಕೊಂಚ ತಡೆದೆ ಬಾ ನಿನ್ನಲ್ಲಿ ಮನಸಿಲ್ಲದಿರೆ
ಯಾರಿಗಿಲ್ಲ ಇಲ್ಲಿ ಬೇಸರದ ದೂರು

ಕಳೆಯಬೇಕು ಕರ್ಮಗಳೆಲ್ಲ
ನೀನಡಿಯಿಟ್ಟ ಮನೆಯಲ್ಲೆಲ್ಲ
ತುಂಬಿ ಹರಿಯಬೇಕು ಒಲವ
ನಗೆಯು ಅಲ್ಲೆಲ್ಲ

ಓ ಅತಿಥಿ...
ಹಿಡಿದು ಬಾ ಹೊಸ ಚೈತನ್ಯದ ದೀವಿಗೆಯ ಒಳಗೆ
ಆ ಬೆಳಕಲ್ಲೇ ಆಗಿ ಹೋಗಲಿ ಗೃಹ ಪ್ರವೇಶವು
ಮತ್ತೆಂದೂ ಹೋಗದಿರು ಹೊರಗೆ

www.ingramcontent.com/pod-product-compliance
Lightning Source LLC
La Vergne TN
LVHW090414210926
848480LV00002B/567
* 9 7 9 8 9 0 3 1 9 3 4 7 9 *